D1680489

தகிப்பின் வாழ்வு

போரும் இடப்பெயர்வும்

தகிப்பின் வாழ்வு

போரும் இடப்பெயர்வும்

தொ. பத்திநாதன் (பி. 1974)

இலங்கை மன்னார் மாவட்டம், வட்டக்கண்டலைப் பிறப்பிடமாகக் கொண்டவர். 1990இல் ஏற்பட்ட போர் காரணமாக பதினாறாவது வயதில் அகதியாகத் தமிழகம் வந்தார். எட்டு ஆண்டுகள் மதுரை மாவட்டம் உச்சப்பட்டி அகதிகள் முகாமில் வாழ்ந்தார். பின்னர் சென்னை சென்று சென்னைப் பல்கலைக்கழகத்தில் இளங்கலைப் பொதுநிர்வாகம் படித்தார்.

தமிழக ஈழ அகதிகள் நிலை குறித்துத் தொடர்ந்து பதிவுசெய்து வருகிறார். இவருடைய முதல் புத்தகம் 'போரின் மறுபக்கம்' பரவலான கவனம் பெற்றது. மற்ற நூல்கள்: 'தமிழகத்தின் ஈழ அகதிகள்', 'தெர்ப்புள் கொடி' (நாவல்) ஆகியன. திரைத்துறையிலும் பணிபுரிந்திருக்கிறார். தற்போது காலச்சுவடில் பணி. முகாமிற்கு வெளியே அரசு அனுமதி பெற்று வாழ்ந்து வருகிறார்.

மின்னஞ்சல்: *pathixyz@gmail.com*

தொ. பத்தினாதன்

தகிப்பின் வாழ்வு
போரும் இடப்பெயர்வும்

காலச்சுவடு பதிப்பகம்

● அன்பார்ந்த வாசகருக்கு,
வணக்கம்.

காலச்சுவடு நூலை வாங்கியமைக்கு நன்றி.

நூலின் உள்ளடக்கம், உருவாக்கம், அட்டைப்படம் இன்ன பிற அம்சங்கள் பற்றிய உங்கள் கருத்துகளையும் ஆலோசனைகளையும் காலச்சுவடு வரவேற்கிறது. தகவல், எழுத்து, வாக்கியப் பிழைகள் தென்பட்டால் கட்டாயம் தெரிவித்து உதவுங்கள். நூல் தயாரிப்பில் கடும் குறைபாடு இருப்பின் மாற்றுப் பிரதி உங்களுக்குக் கிடைக்கக் காலச்சுவடு ஏற்பாடு செய்யும்.

மின்னஞ்சல்: publisher@kalachuvadu.com

காலச்சுவடு நாகர்கோவில் தலைமையகத்துக்கும் கடிதம் அனுப்பலாம்.

தங்கள்
எஸ்.ஆர். சுந்தரம் (கண்ணன்)
பதிப்பாளர் — நிர்வாக இயக்குநர்

தகிப்பின் வாழ்வு போரும் இடப்பெயர்வும் ♦ கட்டுரைகள் ♦ ஆசிரியர்: தொ. பத்தினாதன் ♦ © தொ.பத்தினாதன் ♦ முதல் பதிப்பு: ஜனவரி 2019 ♦ வெளியீடு: காலச்சுவடு பப்ளிகேஷன்ஸ் (பி) லிட்., 669, கே.பி. சாலை, நாகர்கோவில் 629001

காலச்சுவடு பதிப்பக வெளியீடு: 886

takippin vaazvu porum edapeyarvum ♦ Essays ♦ Author: Tho. Pathinathan ♦ ©Tho.Pathinathan ♦ Language: Tamil ♦ First Edition: January 2019 ♦ Size: Demy 1 x 8 ♦ Paper: 18.6 kg maplitho ♦ Pages: 104

Published by Kalachuvadu Publications Pvt. Ltd., 669, K.P. Road, Nagercoil 629001, India ♦ Phone: 91-4652-278525 ♦ e-mail: publications@kalachuvadu.com ♦ Wrapper printed at Print Specialities, Chennai 600014 ♦ Printed at Mani Offset, Chennai 600077

ISBN : 978-93-88631-18-1

01/2019/S.No. 886, kcp 2271, 18.6 (1) KLL

நாடற்றவர்களுக்கும்
அகதிகளுக்கும்

பொருளடக்கம்

முன்னுரை: துயராய்ப் பொழியும் பனி	11
அகதி வாழ்க்கை	15
போரும் வாழ்வும்	21
ரேசன் கார்டு...	29
மௌனம்	36
செயற்கையாக வெளியேற்றப்பட்டவர்கள்	41
ஈழ அகதிகளின் வீடுகள்	44
அகதிகள் அடிமைமுறையின் நவீன வடிவம்	49
போரும் அகதிகளும்	54
அகதி அரசியல் – அரசியல் அகதிகள்	59
அகதி முஸ்லிம்கள்	64
ஆட்சி மாற்றம்: சில அவதானிப்புகள்	70
அகதி முகாம்களை மூடுவது எப்போது?	74
அதிகாரத்தின் பலி	78
2016 சட்டமன்றத் தேர்தலும் ஈழத்தமிழரும்	82
புலம்பெயர்ந்தவர்களின் அவமானம்	85
பேசாப் பொருள்	89
அகதிகளும் நடைமுறை சிக்கல்களும்	93
ஜனநாயக சக்திகள் முன்னெடுப்பார்கள்	99

முன்னுரை

துயராய்ப் பொழியும் பனி

நவீன காலத்தில் தொழில்நுட்பத்தினூடான சமூக மாற்றமும் (வளர்ச்சி) மக்கள்தொகைப் பெருக்கமும் ஒருபக்கம் பருவநிலை மாற்றத்தையும் மறுபக்கம் பெரும் போர்களையும் உருவாக்கி கொண்டிருக்கின்றன. இவை உடனடியாக நடந்து விடவில்லை. மெதுவான அசைவியக்கத்தில் ஆரம்பித்து இன்று வேகமான வளர்ச்சி, வேகமான மக்கள் பெருக்கம், பருவநிலை மாற்றம் என நிகழ்ந்து கொண்டிருக்கிறது. பொருளாதாரத்திற்கான பேரூர், வளர்ச்சிக்கான இயற்கைச் சுரண்டலும் வேகமெடுக்கும் போது விளிம்புநிலை மக்களின் வாழ்வு விளிம்பின் விளிம்புக்கே தள்ளப்படுகிறது.

போருக்குத் தேவையான பொருளாதாரமும், பொருளாதாரத்திற்கு தேவையான இயற்கை வளமும், இயற்கை வளத்தை அபகரிக்கவும், பாதுகாக்கவும் போர்கள் நிகழ்கின்றன. இது சங்கிலித்தொடராக நிகழும்போது நாடற்றவர்களும், அகதிகளும் உருவாகிறார்கள்.

வளர்ச்சியடைந்த நாடுகள் வளரும் நாடுகள்மீது இதை நிகழ்த்துவதால் அகதிகள் உருவாக்கமும், நாடற்றவர்கள் உருவாக்கமும் வளர்ந்துவரும் நாடுகளிலே நிகழ்கின்றன. அதனால் வளர்ந்துவரும் நாடுகளுக்கு இது சுமையாக இருக்கிறது.

நவீனம் வீறுகொண்டு வந்த 19ஆம் நூற்றாண்டிற்குப் பின் இரண்டு பெரும் உலகப்போர்கள் கோடிக்கணக்கானவர்களை கொன்றதுடன் இலட்ச்சக்கணக்கானவர்களை அகதிகளாக இடம்பெயரவும் காரணமானது. அதனால் வளர்ந்த மேற்கத்திய நாடுகள் அய்நாவினூடாக அகதிகள் சட்டத்தை உருவாக்கின. இது வளர்ந்த நாடுகளுக்குச் சாதகமானது என வளரும் நாடுகள் கையெழுத்திட மறுத்தன. ஆனால் அகதிகள் உருவாக்கமும் அகதிகள் பிரச்சனையும் வளரும் நாடுகளுக்குப் பெரும் சவாலாக உள்ளன.

அதனால் வளரும் நாடுகள் சமகாலத்தையும், பொருளாதாரத்தையும் கருத்தில் கொண்டு, அகதிகளின் நாடற்றவர் களின் பாதுகாப்பையும் வாழ்வாதாரத்தையும் உறுதிப்படுத்த வளரும் நாடுகளுக்கான அகதிகள் சட்டம் ஒன்றை இயற்ற வேண்டும் என்ற கோரிக்கையை இம்முன்னுரையினூடாகக் கேட்டுக்கொள்கிறேன்.

இவ்வாறு உருவாக்கப்படும் அகதிகளின் குரல் பெரும்பாலும் உலகத்தின் நேரம் கவனத்திற்கு வருவதில்லை. அகதிகளுக்காகப் பேசுபவர்கள், அகதிகளின் பிரதிநிதிகளாக அரசுகளால் நியமிக்கப்பட்டவர்கள், ஊடகவியலாளர்கள் ஆகியோர் வாயிலாவே வெளி உலகத்திற்குத் தெரியவருகிறது. அரசுகளால் நியமிக்கப்பட்டவர்களின் குரல் எந்த அளவுக்கு அகதிகளின் உண்மைநிலையை வெளிப்படுத்தும் என்ற கேள்வி இருக்கும் நிலையில் இப்புத்தகமானது நேரடியாக அவர்களின் குரலாக, அகதிகளின் மனநிலையை வெளிப்படுத்தும் விதமாக இருக்குமென்று நம்புகிறேன்.

போக்கிடம் தெரியாது முட்டுச்சந்தில் நிற்பவன் விளிம்புநிலை யிலிருந்து வாழ்க்கைக்காக, வாழ்வுக்காக ஏங்குபவன் எதிரிலிருக்கும் அனைத்தின் மீதும் விமர்சனம் வைப்பது தவிக்கமுடியாதது. இதனை அகதியின் மனநிலையிலிருந்து புரிந்துகொள்ள வேண்டுமென்றும் கேட்டுக்கொள்கிறேன்.

மதுரை காமராஜர் பல்கலைக்கழக நாட்டுப்புறவியல் துறைத்தலைவர் டி. தருமராஜை சந்தித்து பலவிளக்கங்களைக் கேட்டபோது, "தங்கள் பிரச்சனைகளை வெளிப்படுத்த முடியாதவர்கள், எழுதப்படிக்க தெரியாதவர்களின் கதைகளை, பிரச்சனைகளை கேட்டு எழுதவேண்டும்," என்றார்.

அதன்பின்புதான் முகாம்களிலுள்ள சில பெண்களைச் சந்தித்து அவர்களின் கதைகளைக் கேட்டு எழுதினேன். டி. தர்மராஜுக்கும் ஜெ. பாலசுப்பிரமணியத்துக்கும் படங்கள் எடுத்துக் கொடுத்த இரா. சிறிதரன் ஆகியோருக்கு நன்றி.

இதிலுள்ள கட்டுரைகளை வெளியிட்ட *காலச்சுவடு, ஆக்காட்டி, தாய்வீடு, நிமிர்வு* பத்திரிகைகளுக்கும் *எதுவரை* இணைய இதழுக்கும் நன்றி. கட்டுரைகளை செம்மையாக்கம் செய்து உதவிய தர்மினி, பௌசர், சேரன், ஸ்டாலின் ராஜாங்கம், வெ. முருகன், தினேஸ், கிரிசாந் செல்வநாயகம், எஸ். கே. விக்னேஸ்வரன் ஆகியோருக்கும் நன்றி. மற்றும் பெயர் குறிப்பிட முடியாத முகாம் நண்பர்களையும் நன்றியுடன் நினைத்துக்கொள்கிறேன்.

கட்டுரைகளை எழுதியனுப்பியபோதெல்லாம் சிரமம் பார்க்காமல் படித்து விவாதித்து சில மாற்றங்கள் செய்ததுடன் நூலாக்கத்திற்காகச் செம்மையாக்கம் செய்த செந்தூரன் ஈஸ்வரநாதனின் ஒத்துழைப்பும் அர்ப்பணிப்பும் மிக முக்கியமானது. அவரையும் நன்றியுடன் நினைவுகூர்கிறேன்.

நூலை வெளியிடும் காலச்சுவடு, ஒருங்கிணைத்த ஜெபா, அட்டை வடிவமைத்த சிவராஜ் பாரதி, கலா, ஹெமிலா ஆகியோருக்கும் நன்றி.

மதுரை **தொ. பத்திநாதன்**
23.11.2018

அகதி வாழ்க்கை

போர் எவ்வளவு பாதிப்புகளை உருவாக்கும் என்பதைச் சொல்லிமாளாது. பிறந்த நாட்டில் அகதியாக்கப்பட்டவர்களின் பிரச்சனைகள் ஒருபக்கம்; நாட்டைவிட்டு வெளியேறி அண்டைநாட்டில் நீண்டகாலமாக சட்டப் பாதுகாப்பில்லாமல் தற்காலிகமாக வாழ்பவர்கள் பிரச்சனைகள் மறுபக்கம். அன்டை நாடுகளில் சட்டப் பாதுகாப்பின்றி வாழும் மக்களின் மனநிலை, வாழ்க்கை எவ்வாறு உள்ளது, பெண்களின் சூழல் எவ்வாறு உள்ளது

மன்னார் மாவட்டத்திலிருந்து 1990களில் அகதியாக வந்து முகாமில் வசிக்கும் சீலா, நடுத்தர வயதைக் கடந்தவர். 27ஆண்டுகளைக் கடந்து தமிழக முகாமில் வாழ்ந்துவருகிறார்.

"எனக்கு 1980களில் உறவினருடன் திருமணம் நடந்தது. எங்களுக்கு கொஞ்சம் விவசாய நிலமிருந்தது. அதில் விவசாயம் செய்தோம். பிற நேரங்களில் கூலிவேலைக்குப் போவோம். அதனால் பெரிய கஸ்டம் அந்த நேரத்தில் இருக்கவில்லை. வாழ்க்கை நிம்மதியாக இருந்தது. 1983ஆம் ஆண்டுக் கலவரத்தின்போது எங்கள் உறவினர்கள் நிறையப் பேரை இராணுவம் சுட்டுக்கொன்றது. நான் போரைப் பார்த்து பயந்த நிகழ்வு அது தான். அதை என்னால் மறக்க முடியாது. அந்த பயத்தினால்தான் 1990இல் போர் ஆரம்பிக்கவும் நானும் கணவனும்

15

இரண்டு பையன்களுடன் தமிழகம் வந்தோம். ஆரம்பத்தில் சிரமமாகத்தான் இருந்தது. எதுவும் புரியவில்லை. முகாமிற்கு வெளியே உள்ளவர்கள் எப்படி வாழ்கிறார்கள் என்பதும் தெரிய வில்லை. ஆனால் போகப்போகப் பழகிவிட்டது. இப்ப நாங்கள் சொதிக்குப் பதிலாக ரசம் சாப்பிடப் பழகியிருக்கிறோம்.

இத்தனை ஆண்டுகாலம் இங்கு அகதியாக வாழ்கிறீர்கள்? பெண்களுக்கு முகாமுக்கு வரும் அதிகாரிகளால் பிரச்சனைகள் இருக்கின்றனவா?

எனக்குத் தெரிந்தவரை இந்த முகாமில் அதிகாரிகளால் பெண்களுக்கு எந்தப் பிரச்சனையும் இதுவரை வந்ததில்லை. இங்கு வருகிற அதிகாரிகள் அகதிகளை அலட்சியமாகப் பேசுவதுண்டு. முன்பெல்லாம் மாதத்திற்கு மூன்றுமுறை செக்கிங் இருக்கும். அதுதான் பெரிய எரிச்சல். ஆண்களால் சரியாகக் கூலி வேலைக்குக்கூடப் போகமுடியாது. அதனாலேயே உட்க்காந்து சீட்டு விளையாடுவார்கள். ஆனால் இப்போது இந்த முகாமில் அப்படியில்லை. நாங்கள் சரியா இருந்தால் ஏன் அவர்கள் எங்களைத் தொந்தரவு செய்யப்போகிறார்கள்.

அரசு முகாமில் அடிப்படைவசதிகளைச் செய்து கொடுத்திருக்கிறதா?

முன்பு எங்களுக்குப் பல வருசமாக மின்சாரம் இருக்க வில்லை. கழிப்பிட வசதி பெரிய பிரச்சனையாக இருந்தது. நாங்கள் பெண்கள் இருவர் மூவராகச் சேர்ந்துதான் முகாமிற்கு வெளியே கக்கூசுக்கு போவோம். கக்கூசுக்கு அவசரமாகப் போகவேண்டுமானால் கணவனையோ பக்கத்து வீட்டுப் பெண்களையோ தேடவேண்டிய சூழ்நிலை. ஓலையால் கொல்லை யும் அடைத்துவைத்திருந்தோம். இப்ப பத்துவருசத்துக்கு முன்னாடிதான் மின்சாரம் கொடுத்தார்கள் அதுவும் ஊர்க்காரங்க மாதிரி நாங்க காசு கட்டித்தான் மின்சார இணைப்பு வாங்கியிருக் கிறோம். அதற்கான காசையும் கட்டுகிறோம். பத்துவருடத்துக்கு முன்பு ஒரு தொண்டு நிறுவனம் கழிவறைகள் சிலவற்றைப் பொதுவாகக் கட்டிக்கொடுத்திருக்கிறார்கள். அவை சரியான பராமரிப்பில்லாமல் இருக்கின்றன. பையன்கள் பெரியவர்களாகிச் சம்பாதித்த பின்பு நாங்களே எங்களுக்குத் தனியாகக் கழிவறை கட்டிக்கொள்வோம். ஆரம்பத்தில் அடிபைப்பு மட்டும் இருந்தது. அப்போது பொதுவெளியில் குளிப்பது தோய்ப்பது எல்லாம் பெரும்பிரச்சனையாக இருந்தது. சிலவருடங்களுக்கு முன்பு மதுரை மாவட்ட ஆட்சியராக சகாயம் இருந்தபோதுதான் எங்களுக்குத் தனியாகத் தண்ணீர்த்தொட்டி கட்டிக்கொடுத்தார்.

ஏன் நீங்கள் உங்கள் நாட்டுக்குப் போகவில்லை. இங்கு அகதியாகவே எத்தனை காலத்துக்கு வாழப்போறீங்க?

நாங்கள் விருப்பப்பட்டா முகாமில் இருக்கிறோம்? நாங்கள் இங்கு வரும்போது மூத்தமகனுக்கு ஒன்பது வயது. இளையவனுக்கு ஐந்து வயது. எனது கணவர் முகாமில் மீன் வியாபாரம் செய்தார். நான் தையல் வேலை செய்தேன் பையன்கள் இருவரையும் படிக்கவைத்தோம். பையன்கள் பள்ளிக்கூடம் முடித்துக் கல்லூரி செல்லும்போது படிப்பு முடியட்டும் ஊருக்குச் செல்லலாம் என்று நினைத்திருந்தோம். அதற்கான ஏற்பாடுகளும் செய்திருந்தோம். அந்தக் காலகட்டத்தில்தான் எனது கணவர் இறந்துபோனார்.

“எனது கணவரும் ஊருக்குச் செல்வதையே விரும்பினார். ஊரிலுள்ள உறவுகளைப் பார்க்க வேண்டுமென்று விரும்பினார். அது நடக்கவில்லை. எனக்கும் அதுபோல் ஆகிவிடக்கூடாது. எனது பையன்களுக்கு ஊரைத் தெரியாது. உறவுகளைத் தெரியாது.

என் கணவருக்கு அடிக்கடி உடம்பு முடியாமல் போனது. அவருடைய மீன் வியாபாரமும் சரியாக இல்லை. பையன்கள் கல்லூரி படித்துக்கொண்டிருந்தார்கள். ஆஸ்பத்திரிக்கு வேறு செலவுசெய்ய வேண்டியிருந்தது. மிகுந்த சிரமத்தை எதிர் கொள்ள வேண்டியிருந்தது. கடைசியாக அவரை அரசு ஆஸ்பத்திரிலியிலிருந்து வீட்டுக்குக் கொண்டுபோகச் சொல்லி விட்டார்கள். வீட்டுக்கு வந்து ஒரு வாரத்தில் இறந்துபோனார். அவருக்குக் சிறுநீரகம் செயலிழந்துவிட்டதாக மருத்துவர்கள் சொன்னார்கள்.

முகாமில் தனியாக சுடுகாடு இருக்கிறதா?

ஆரம்பத்திலிருந்தே இந்த முகாமுக்குச் சவக்காலை இல்லை. சிலர் தத்தநேரியில் உள்ள பொது சவக்காலையிலும் சிலர் முகாமிற்குப் பின்னுள்ள கண்மாய் கட்டுக்கு வெளியேயும் புதைத்தார்கள். எரித்தார்கள். அந்தப்பகுதியில் ஹவுசிங்போர்டு வந்தபோது அதை எல்லாம் மட்டப்படுத்தி ரோடு போட்டுவிட்டார்கள் இப்போது கண்மாய் கட்டுமேல் வைத்து எரிக்கிறார்கள் மக்கள். கண்மாய்க்கு உள்பக்கமாக எல்லா மதத்தவர்களும் ஒரே இடத்தில் புதைக்கிறார்கள். என் கணவருக்குப் பக்கத்தில் ஓர் இந்து ஆளைப் புதைத்திருக்கிறார்கள்.

ஓர் கிறிஸ்தவ மதத்தின்படி கோவிலில் உங்களுக்குச் சுடுகாடு இருக்கும்தானே. ஏன் கண்மாய்க்குள் புதைக்கிறீர்கள்?

முன்பு வசதியானவர்கள் மட்டும் ஊரிலுள்ள கோவில் பங்கின் சவக்காலையில் புதைத்தார்கள். இப்போது இடம்

போதாமலிருப்பதால் பங்குத் தந்தை அங்கு வரவேண்டாம் என்று சொல்லிவிட்டார் ... அப்படிச் சொன்னதற்கு வேறு காரணம் இருக்கிறதாவென்று எனக்குத் தெரியவில்லை இப்போது எல்லாரும் கண்மாய்க்குள்ளேதான் புதைக்கிறார்கள். ஆத்மாக்கள் திருநாளுக்கு பங்குத் தந்தை இங்கு வந்து எல்லா மதத்தவருக்கும் சேர்த்தே செபம் பண்ணுவார்.

ஊருக்குப் போக ஆசையிருந்தால் இப்போதும் போகலாமே. உங்கள் மகன்களும் படித்திருக்கிறார்கள்?

2006இல் எனது கணவர் இறந்ததும் இலங்கையில் கடைசிக்கட்டப் போர் ஆரம்பமாகியிருந்தது. ஊருக்குப் போக முடியவில்லை. தற்போது எனக்கு விருப்பமாகத்தான் இருக்கிறது. ஆனால் என் பையன்களுக்கு விருப்பமில்லை. ஊரில் எனது காணியைத் தங்கையின் பேரில் எழுதி வைத்திருக்கிறேன். அதனை என் பேரில் மாற்ற வேண்டும்.

நாங்கள் இங்கே வந்தபோது கிடுகு வீடு கட்டிக் கொடுத்தார்கள். ஒரு வருடத்திற்குள் காற்றுக்கும் மழைக்கும் அது விழுந்துவிட்டது. அதன்பின் இதுவரை கிடுகாலும் மண்ணாலும் ஐந்துதடவை வீடு கட்டிவிட்டோம். எனது இரண்டாவது மகன் பத்துப்பேருக்குமேல் வைத்து வேலை பார்க்கிறார் (பெயிண்டிங் கான்ராக்ட்.) அதனால் அவர் ஊருக்கு வர மறுக்கிறார். அவருக்கு இரண்டு குழந்தைகள் இருக்கிறார்கள். மூத்தமகன் வீடு பழுதானதும் கடன்பட்டு கல்லாலும் தகர சீட்டாலும் வீடு கட்டியிருக்கிறார். அந்தக் கடனைக் கட்டாமல் ஊருக்கு வரமுடியாது என்கிறார். இவர்களை இங்கு விட்டுவிட்டு நான் மட்டும் ஊருக்கு போய் என்ன செய்வது. இப்படி ஊருக்கு வெளிக்கிடும் போதெல்லாம் ஏதோ ஒரு காரணத்தால் தடைபட்டுக்கொண்டே இருக்கிறது. என் கணவர் மாதிரி நானும் இங்கேதான் சாவேனோ தெரியவில்லை."

இவரிடம் பேசிக்கொண்டிருக்கும்போது அவருடைய இளையமகன் வந்தார். நீங்கள் ஏன் ஊருக்குப் போகவில்லை என்றேன்.

"இத்தனை வருடம் கஸ்டப்பட்டு இப்பேதான் சம்பாதிக்க ஆரம்பித்திருக்கிறேன். இதையெல்லாம் விட்டுவிட்டு அங்கு போய் என்ன செய்வது?"

சரி எப்படியானாலும் ஊருக்குப் போய்த்தானே ஆக வேண்டும் என்ற கேள்விக்கு "ஆமாம் போகத்தான் வேணும். அரசாங்கம் அனுப்பும்போது போகலாம்" என்றவர் வேலை சார்ந்து இரண்டு விடயங்களைச் சொன்னார். நான் மிகவும்

கஸ்டப்பட்டுத்தான் இந்த நிலைக்கு வந்திருக்கிறேன். முகாமில் இருந்துகொண்டு தனியார் நிறுவனத்தில்கூட நிம்மதியாக வேலை செய்ய முடியாது. அதனால்தான் படித்திருந்தாலும் பரவாயில்லை என்று பெயிண்ட் அடிக்க ஆரம்பித்து இன்று என்னிடம் பத்துப்பேர் வேலை செய்கிறார்கள். அகதிமுகாமில் இருந்துகொண்டு வாழ்வது மிகப்பெரிய சவால்தான். ஆனாலும் நாங்கள் இப்படியே வாழ்ந்து பழகிவிட்டோம்.

ஒரு தடவை புதிய கட்டடம் ஒன்றிற்குப் பெயிண்ட் அடிக்க ஆசாரி மூலமாகக் கொட்டெசன் கொடுத்திருந்தேன். கொத்தனார் மூலமாக ஊர்க்காரர் ஒருவரும் கொட்டேசன் கொடுத்திருந்தார். எனக்கு அந்த வேலை கிடைத்தது. நான் வேறொரு இடத்தில் வேலை செய்துகொண்டிருந்தபோது காண்ராக்ட் கிடைக்காத அந்த ஊர்க்காரர் என்னைத் தேடி வந்தார். சற்றுத் தடித்த குரலில் ஏன் குறைவாகக் கொட்டேசன் குடுக்கிறீர்கள் என்றார். எனக்கு அவரிடம் தொடர்ந்து பேசும் மனநிலை இருக்கவில்லை. அதன் பின்பு நான் அந்தக் கண்ராக்ட் வேலையைப் பார்க்கவில்லை. காரணம் கொத்தனாரையோ ஊர்க்காரர்கள் எவரையும் பகைத்துக்கொண்டு எங்களால் தொடர்ந்து வேலை பார்க்க முடியாது. அகதிகளைப் பார்த்துப் பரிதாபப்படுகிறார்களே தவிர அவர்களுக்கு வேலையோ வாய்ப்போ தரத் தயங்குகிறார்கள். அதனால் பெரும்பாலும் அகதி என்று சொல்ல விரும்புவதில்லை. எங்கள் வேலையின் தரத்தைப் பார்த்துதான் எனக்கு வேலை வருகிறதே தவிர அகதி என்பதால் இல்லை. அது எங்களுக்கு அவசியமும் இல்லை.

சிலவேளைகளில் இங்கு இப்படி வாழ்வதைவிட ஊருக்குப் போய்விடலாம் என்ற மனநிலை வரும். ஆனால் எங்கள் ஊர் மட்டும் திறமானதா என்ன?

உங்களிடம் வேலை செய்பவர்கள் முகாம்வாசிகளா அல்லது ஊர்க்காரர்களும் வேலை செய்கிறார்களா?

ஊர்க்காரர்களை வைத்து எங்களால் வேலை வாங்க முடியாது. அவர்கள் என்னை அகதியாகத்தான் பார்ப்பார்களே தவிர என்னை முதலாளியாகப் பார்க்க விரும்பமாட்டார்கள். முகாம்வாசிகளை வைத்துத்தான் வேலை செய்கிறேன் அதிலும் பிரச்சனைகள் இருக்கின்றன.

முகாமில் அவ்வப்போது செக்கிங் இருக்கும். தற்போது அது குறைவுதான். ஆனால் உதவிப் பணத்தை இரண்டுநாட்களில் கொடுக்க முடியும். ஆனால் அவர்கள் ஒரு நாளைக்கு இரண்டு மணிநேரம் என ஒரு வாரம் முழுவதும் கொடுப்பார்கள். அந்த

நாட்களில் பணியாளர்கள் வேலைக்கு வரமாட்டார்கள். அதனால் குறித்த நேரத்தில் வேலையை முடித்துக்கொடுக்க முடியாது." இவ்வாறு தனது வேலை சார்ந்த பிரச்சனைகளைப் பகிர்ந்துகொண்டார்.

மகன் சொல்வதைக் கேட்டுக்கொண்டிருந்த சீலா "எனக்கு ஊருக்குப் போக வேண்டும் என்று ஏக்கமாக இருக்கிறது. ஆனால் பையன்கள் வர விரும்புகிறார்கள் இல்லை. 90களில் பார்த்த ஊர்தான் எனக்கு ஞாபகம் இருக்கிறது. இப்போது எங்கள் ஊர் எப்படி இருக்குமோ தெரியவில்லை. சொந்தக்காரர்கள் முகமெல்லாம் மறந்துபோய்விட்டது. நான் வரும்போது எங்கள் வீட்டில் நிறைய பூக்கன்றுகள் இருந்தன. அதை ஆடு மாடு சாப்பிடக்கூடாது என்பதற்காகப் படலையைக் கயிற்றால் நன்றாக இறுக்கிக் கட்டிவிட்டு வந்தேன். இரண்டு மாதத்தில் திரும்பிடலாம் என்றுதான் வந்தேன்" என்று பெருமூச்சு விட்டுக் கொண்டார்.

போரும் வாழ்வும்

போர் இறந்து போனவர்களைத் தவிர, அதில் நேரடியாகவோ மறைமுகமாகவோ பங்கேற்றவர்களையும் பார்வையாளர்களையும் சிதறடிக்கும்; உறுப்புகளை இழந்தவர்கள், உளவியலைச் சிதைக்கும். சிவில் சமூகத்தில் பெரிய தாக்கத்தை ஏற்படுத்தும். அவநம்பிக்கையையும் சந்தேகத்தையும் ஏற்படுத்தும்.

அப்படியானால் பல இயக்கங்களிலிருந்து பயிற்சி எடுத்து நேரடி ஆயுதப்போரில் தொடர்புடையவர்களின் உளவியல் எப்படி இயங்கும் இளமைக் காலங்களில் இயக்கங்களில் போராளிகளாக இணைந்தவர்களுக்குக் கொடுக்கப்பட்ட ஆயுதப் பயிற்சியும் சேர்ந்து கொடுக்கப்பட்ட பயிற்சிகளும் எத்தகையன? எதிரியைக் கொல்வதும் தன்னைப் பாதுகாத்துக்கொள்வதும்தான் பயிற்சியின் அடிப்படையாக இருக்குமாக இருந்தால், தொடர்ந்து ஆயுதம் என்ற அதிகாரத்துடன் பயணித்தவர்கள் முற்றாக ஆயுதமிழந்து அதிகாரமிழந்து நிராயுதபாணியாக்கப்பட்டுச் சிவில் சமூகத்தில் இணையும்போது ஏற்படும் உளச்சிக்கல்கள் கூடிவாழும் ஏனைய குடும்ப உறுப்பினர்களை எத்தகைய பாதிப்புக்குள்ளாக்கும் போன்ற ஆய்வுகள் அவசியமானவை. ஈழத்தைப் பொறுத்தவரை நேரடியாக இயக்கங்களோடு தொடர்பில்லாத குடும்பங்கள் குறைவாக இருக்கும் நிலையில் இன்று இது முக்கியமான பிரச்சனையாக இருக்கிறது.

விதிவிலக்காக ஆண்/பெண் போராளிகள் தங்கள் நிலையை உணர்ந்து எழுதியிருக்கக்கூடும்.

ஆனால் போராளிகளிடம் நேரடியாகப் பேசிப் புரிந்துகொள்வது மிகமிகச் சிரமமானது. அதேவேளை இன்னும் அவர்கள் சுதந்திர மாகப் பேசுவதற்கான புற அரசியல் சூழல் சாதகமாக இல்லை. இலங்கையிலும் தமிழகத்திலும் வாழ்பவர்களுக்கு அத்தகைய புறச்சூழல் சாத்தியமாக இல்லை. ஆனால் மேற்கத்திய நாடுகளுக்குச் சென்றவர்கள் பேசலாம். அவ்வாறு போராளிகள் சிலரிடம் பேசியதில் அவர்கள் அந்த ரணமான பழைய நினைவு களை மறக்கவே விரும்புகிறார்கள்; பேச விரும்பவில்லை.

இத்தகைய சூழலையும், சிவில் சமூகத்தின் பொது மனநிலையையும் கருத்தில்கொண்டே இக்கட்டுரையைப் புரிந்து கொள்ள வேண்டும்.

அகதிகள் முகாமில் 27 வருடமாக வாழும் மூத்த பெண் போராளி ஒருவரிடம் பேசினேன். போர் குறித்தோ, போர் பயிற்சி குறித்தோ எந்த தகவலையும் அவரிடமிருந்து அறிந்துகொள்ள முடியவில்லை. இலங்கையில் இருந்தபோதே அவரைத் தெரியும் என்பதால் வெளிப்படையாக எல்லோருக்கும் தெரிந்த தகவல் தவிர வேறு எதையும் அவர் பேச விரும்பவில்லை.

இலங்கை மன்னாரைப் பிறப்பிடமாகக் கொண்ட கீதா விவசாயப் பின்புலத்தில் வாழ்ந்தவர். விடுதலைப்புலிகளின் மகளிர் அணி முதல் பிரிவில் தமிழ்நாட்டிலுள்ள திண்டுக்கல் சிறுமலையில் பயிற்சி பெற்றிருந்தார். இவர் இயக்கத்திற்கு சென்றதற்கான காரணத்தை அறியமுடியவில்லை.

கிட்டத்தட்ட மூன்று ஆண்டுகள் இயக்கத்திலிருந்து உடலில் காயப்பட்டதால் வெளியேறினார். பயிற்சிக்காலத்திலும் அதன் பின்னரான காலத்திலும் என்னமாதிரியாகச் செயல்பட்டார் என்பதை அறிந்துகொள்ள முடியவில்லை. கீதாவின் இயக்கப்பெயர் அவருடைய கணவருக்குக்கூட தெரியாது என்பதை வைத்தே அவரின் இறுக்கமான மனநிலையைப் புரிந்துகொள்ள முடியும்.

1990இல் தமிழகம் வந்து அகதிமுகாமில் அடைக்கலமானார். சகோதர சகோதரிகளுடன் அவருக்கு முரண் இருந்திருக்கிறது. அகதிமுகாமில் இருந்தபோது வெளிநாட்டிலிருந்த ஒருவருடன் காதல் இருந்தது. தான் வெளிநாடு போகப் போவதாக என்னிடம் கூறியிருந்தார். அவருடைய அந்த ஆசை நிறைவேறவில்லை. அதன்பின் அவர் சகோதரருக்குக் கல்யாணம் செய்துவைத்தார்.

அப்போது கீதா கல்யாணம் செய்திருக்கவில்லை. 42 வயதில் கீதாவுக்கு அவருடைய உறவினரொருவருடன் கல்யாணம் நடந்தது. அவருடைய கணவனின் குடும்பம் கல்யாணத்தை

ஏற்கவில்லை. காரணம் கீதாவைவிடப் பத்துவயது குறைவாக அவர் கணவர் இருந்தார்.

இது சமூகத்தில் நடக்கக்கூடிய சாதாரண நிகழ்வாக இருந்தாலும் நம் சமூகம் அதை ஜீரணிக்காது என்பது இருவருக்குமே தெரிந்திருந்தது.

கீதாவிடம் பேசியபின் அவரின் கணவர் எனது நண்பர் என்பதால் அவரிடமும் பேசினேன்.

சீலன், உங்களைவிட வயதில் மூத்தவரை ஏன் திருமணம் செய்துகொண்டீர்கள்?

பெரிய இலட்சியமெல்லாம் ஒன்றுமில்லை. சராசரியாகக் குடும்பம், குழந்தை என்று வாழ விருப்பமில்லை. இதுவும் நமது முப்பதாண்டுகாலப் போரின் பக்கவிளைவுதான். அதனால் தனித்தனியாக வாழும் நாம் ஏன் சேர்ந்து வாழக்கூடாது என்று நான்தான் ஆரம்பித்தேன். ஒவ்வோரு உரையாடலும் திருமணம் செய்யலாம் என்று ஆரம்பித்து உரையாடல் முடியும்போது முடியாது என்று முடியும். எங்கள் திருமணம் முடியும்வரை இந்தப் போரும் நடந்தது.

கல்யாணத்திற்கு முன்பு அவருடன் உரையாடியதைவிட அதன் பின்பு உரையாடுவதே எனக்கு மிகச் சிரமமாக இருந்தது. இதை நான் முன்பே உணர்ந்திருந்தேன். கல்யாணம் சிறப்பாகவெல்லாம் நடக்கவில்லை. கல்யாணத்தின் பின் கீதா வாழ்ந்த முகாமில் அவருடன் இருந்தேன். அப்போது எனக்கு சரியான வேலை அமையவில்லை. நானும் வேலை தேடிக் கொண்டிருந்தேன். அவர் வேலை செய்துகொண்டிருந்தார். வாழ்க்கை இவ்வாறு மூன்று மாதங்களைக் கடந்துகொண்டிருந்த நேரம் ஒரு நாள் 'நீ எனக்கு வேணாம்' என்று கூறினார். அவ்வாறு அவர் கூறியதற்கான காரணம் எனக்குத் தெரியவில்லை. நான் குடிகாரனோ பெரும் கொடுமைக்காரனோ இல்லை.

"இவ்வாறு பிரிவதற்காகக் கல்யாணம் செய்யவில்லை. போகமாட்டேன்" என்றேன்.

"நீ போகவில்லை என்றால் நான் சாவேன்" என்றார்.

நான் எங்கே போவது? ஏற்கனவே நான் வாழ்ந்த முகாமிலிருந்து பதிவை இங்கு மாற்றுவதற்கு எழுதிக் கொடுத்ததால் நான் வசித்த பழைய முகாமிலிருந்து எனது பதிவு நீக்கப்பட்டுவிட்டது. எனக்குப் பெற்றோரும் இல்லை. நான் கல்யாணம் கட்டி இங்கு வந்ததால் முகாம் வீட்டை அரசாங்கம் எடுத்துக்கொண்டது. நான் எங்கே போவது என்றேன்.

அது எனக்குப் பிரச்சனை இல்லை என்றார்.

அதன் பின்பு நான் வெளியேறினேன். இது உறவினர் எவருக்கும் தெரிந்திருக்கவில்லை.

அதன்பின் கல்யாணத்திற்கு முன்பு நடந்த உரையாடல் மாதிரியே உரையாடல் நடந்தது. இப்படியே மூன்று மாதங்கள் சென்ற நிலையில் வேறு முகாமில் பதிவு பெற்றுச் சேர்ந்து வாழ்ந்தோம்.

ஒரு நாள் வளமையாக வரும் மாதவிடாய் அவருக்கு வரவில்லை கரு உருவாகியிருக்குமோ தெரியவில்லை; பரிசோதிக்க லாம் என்று ஆஸ்பத்திரிக்குச் சென்றோம். பரிசோதனை முடிவில் அவ்வாறு நிகழவில்லை என்பது உறுதியானது.

குழந்தை உருவாகாததற்குத் தான் காரணமில்லை என்று மருத்துவர் கூறியதாக என்னிடம் கூறினார். நாம் மருத்துவரிடம் சென்றது கரு உருவாகியிருக்க இல்லையா என்பதை பரிசோதிக்கத் தானே தவிர கர்ப்பம் ஆகாததற்கு யார் காரணம் என்று பரிசோதிப்பதற்காக இல்லை. அதற்கான பரிசோதனையும் நடக்கவில்லை. தனக்குக் குழந்தை பெறும் தகுதியில்லை என எவரும் சொல்லிவிடக்கூடாது என்ற பதற்றமே அவரிடமிருந்தது. குழந்தை வேண்டாமென்று கல்யாணத்துக்கு முன்பே பேசி கல்யாணம் செய்ததால் அது பெரிய பிரச்சனையாக எனக்கு தெரியவில்லை.

கல்யாணமான புதிதில் இருவரும் பேருந்தில் நீண்டதூரம் பயணம் மேற்கொண்டோம். நாங்கள் இருவரும் அருகருகே உட்கார்ந்திருந்தோம். பின்னிருக்கையில் இருப்பவர் தன்னைத் தொடுவதாக அவர் கூறினார். ஒரு ஆண் பக்கத்திலிருக்கும்போது வேறு ஒரு ஆணால் அப்படி நடக்க முடியுமா என்ற கேள்வி எனக்கு வந்தது. திரும்பிப் பார்த்தேன். வயதான ஒருவர் பின்னிருக்கையில் இருந்தார்.

வீட்டு ஜன்னல் வழியாகத் தன்னை யாரோ பார்க்கிறார்கள் என்றுகூறி ஜன்னல் கதவுகளை எல்லாம் அடைப்பதில் கூடுதல் கவனம் எடுத்துக்கொண்டார். இது சராசரி மனநிலையைவிடச் சற்று உறுத்தலாகவே எனக்குத் தோன்றியது.

கீதாவைத் திருமணம் செய்வதற்கு முன் நான் வாழ்ந்த முகாமில் எனக்கு ஒரு பெண்ணுடன் தொடர்பிருந்தது. கீதாவுக்கு எங்கள் கல்யாணத்திற்கு முன்பு தெரிந்திருந்தது. கல்யாணத்தின் பின் அவருக்கு என்மேல் நம்பிக்கை வரவில்லை. சந்தேகம் தீயாக மாறியது. அதனை எதிர்கொள்ள முடியாமல்

திணறிப்போனேன். சொல்லாமல் ஓடிப்போய்விடலாமா என்ற சிந்தனை பலநேரங்களில் எனக்கு வந்ததுண்டு. வீட்டில் நிம்மதியாகத் தூங்கமுடியாமலிருந்தது. சற்றுத் தாமதமாக வந்தால் அன்று அசாதாரண சூழ்நிலை வீட்டில் உருவாகியிருக்கும். ஆனால் நான் அவர் வெளியே வேலையில் இருக்கும்போது அவசரமென்றாலும் போனில் பேசமுடியாது. கீதா போன் எடுத்து நான் பேசவில்லையானால் எவகிட்ட பேசிட்டு இருந்த அங்கயே இரு இங்க வராத என்பார். உச்சமாக ஒரு நிகழ்வு நடந்தது.

நாங்கள் இருவரும் வீட்டிலிருந்தோம். அவ்வழியாகச் சென்ற பெண் என்னிடம் பேசிவிட்டுச் சென்றார். அது சாதாரணமான உரையாடல். அந்த உரையாடலைக் கீதாவும் கேட்டுக்கொண்டுதான் இருந்தார். அந்தப் பெண்ணுக்கு அங்கிருந்த பெண்கள் மத்தியில் நல்ல பெயர் இருக்கவில்லை என்பது கீதாவுக்குத் தெரிந்திருந்தது. அந்தப் பெண் பேசிவிட்டுச் சென்றதும் ஆவேசமாக அவர் என் கன்னத்தில் அறைந்தார். நான் அதிர்ச்சியானேன், தவிர வேறு எதுவும் பேசவில்லை.

வேறு ஒரு சந்தர்ப்பத்தில் இதுபோன்ற நிகழ்வு கீதாவுக்கு ஏற்பட்டது. பக்கத்து வீட்டில் திருமணமான இரு குழந்தைகள் உள்ள பெண்ணுடன் தொடர்பிருப்பதாகப் பிரச்சனையிருந்தது. அந்தப் பொடியனுடன் கீதா பேசிக்கொண்டிருப்பதைக் கவனித்தேன். அது சாதாரண உரையாடல்தான். இருந்தும் அவருக்குப் புரியவைப்பதற்காக அந்தப் பொடியனுக்கு என்ன பிரச்சனை என்பது உனக்குத் தெரியும். நீ அவனுடன் பேசியதால் நான் உன்னைச் சந்தேகப்பட்டு அடிக்கலாமா என்றேன்.

இந்த வயசிலையும் என்னை நீ சந்தேகப்படிறியா என்றாரே தவிர ஒரு நாளும் அவர் தன் தவறை உணர்த்துமில்லை, ஒத்துக் கொண்டதுமில்லை. அதற்காக வருந்தியதுமில்லை.

இவ்வாறான அத்தனை நிகழ்வுகளையும் அவர் நியாயப் படுத்திப் பேசுவது, என்னைக் குற்றவாளியாக்கவும் அதனை எதிர்கொள்ள முடியாமல் தெரிந்த உறவுகளிடம் சொல்ல ஆரம்பித்தேன். நம் இருவருக்குமான உரையாடலை எவருக்கும் சொல்லக்கூடாது என்று மீண்டும்மீண்டும் அவர் சொல்லிவந்தார்."

இவ்வாறெல்லாம் அவர் நடந்துகொள்வதாகச் சொல்லும் நீங்கள் ஒரு ஆணாக நீங்கள் அவரைத் தாக்கவில்லையா?

என்ன காரணத்துக்காக என்று எனக்கு ஞாபகமில்லை. உச்சபட்ச கோபத்தில் கழுத்தைப்பிடித்து அடிக்கக் கை

ஓங்கினேன். அடிக்கவில்லை. ஆனால் நான் அடித்துவிட்டதாகச் சொல்லித்திரிய ஆரம்பித்தார். அடிக்கவில்லை என்பதை என்னால் நிருபிக்க முடியாது. தாக்குவது நியாயமில்லை என்பது எனக்குத் தெரியும். அதனால் அவ்வாறான நேரங்களில் வீட்டிலுள்ள பிளாஸ்டிக் கதிரை, டேபிள் பேன் எல்லாம் உடைத்திருக்கிறேன். அவ்வாறு ஒரு அதிரடியான நிகழ்வு நடக்காவிட்டால் அந்த உரையாடல் நிற்காது.

சரியா தவறா என்றெல்லாம் தெரியாது. இவ்வாறு பிரச்சனை அதிகமானால் இருவரும் சாமியார்களிடம் சென்றதுண்டு. மனநல மருத்துவரிடம் இருவரும் சென்றிருக்கிறோம். மனநல மருத்துவர்தான் நாங்கள் சராசரியான வாழ்க்கை வாழவில்லை என்பதைப் புரியவைத்தார். ஆனால் அந்த மருந்துகளை அவர் முறையாகச் சாப்பிடவில்லை, தொடர்ந்து மருத்துவம் பார்க்கவுமில்லை.

இப்படியே வாழ்க்கை சில வருடங்களைக் கடந்திருந்த நிலையில் இருவரும் இரண்டு மாதங்களுக்குமேல் ஒரே வீட்டில் தனித்தனியாகச் சமைத்துச் சாப்பிட்டோம்.

இந்தப் பிரச்சனைக்கு முடிவுதான் என்ன என்று கேட்க நினைத்தேன், ஆனால் கேட்கவில்லை.

வெளிநாட்டிலிருந்து எனது அண்ணன் மகன் எங்கள் வீட்டுக்கு வருவதாக இருந்தது. எனது உறவினர்கள் வீட்டுக்கு வருவதில் அவருக்கு விருப்பமில்லை; பிரச்சனை ஆரம்பம்.

உன் சொந்தங்கள் எல்லாம் என் வீட்டுக்கு வந்து என் சொத்தை எல்லாம் அழிக்கிறார்கள் என்றார்.

நான் வீட்டுப்பொருட்கள் வாங்காமல் ஊதாரித்தனமாகத் திரிவதாக உங்களுக்குத் தோன்றலாம் எனக்கு குடிப்பழக்கமில்லை. ரேசன் அரிசி இருக்கும். மரக்கறிச் சாமன்கள் நான்தான் வாங்குவேன். அவருடைய சம்பளம் எவ்வளவு என்று ஒரு நாளும் கேட்டுக்கெண்டதில்லை. இதை கீதாவின் அக்கா வீட்டுக்காரரிடம் சொன்னேன். அவர்கள் இருவருக்கும் பிரச்சனையானது. அதன்பின் நாங்கள் இருவரும் சமாதானம் ஆனோம்.

ஒரு நாள் வீட்டிலிருந்த அயன் பாக்ஸ் பழுதானதால் புதிதாக வாங்கி வந்தேன். இரண்டுநாள் கழித்துப் பார்த்தேன். பழைய அயன் பாக்ஸ் வேலை செய்தது. புது அயன் பாக்ஸ் எங்கே என்றேன். புதுசு பழுதாகிவிட்டது. அதனால் பழையதையே திருத்திவைத்திருக்கிறேன். உனக்கு நல்ல பொருள் வாங்கத்

தெரியாது என்றார். சரி கம்பனி அயன் பாக்ஸ் எப்படி இரண்டு நாளில் பழுதாகும்?

அதன் பின்புதான் கவனித்தேன் அந்த அயன் பாக்ஸ் தவிர வீட்டிலிருந்த அத்தனை பொருட்களும் அவருடைய காசில் வாங்கியது. இதையும் நான் பெரிதுபடுத்தவில்லை. இருவருமாகச் சேர்ந்து சீட்டுக் கட்டிய பணம் அவருடைய வங்கிக் கணக்கில் இருந்தது. காரணம் என்னிடம் பணம் இருக்காது.

ஒருநாள் பத்தாயிரம் ரூபா பணம் கேட்டேன் ஏன் எதற்கு என்றுகூடக் கேட்காமல் தரமுடியாது என்றார். உரையாடல் வளர்ந்துகொண்டே போனதில் வீட்டிலுள்ள பொருட்கள் அத்தனையும் நான் வாங்கியது என்றார். அவருடைய பொருட்களுடன் அவரை அப்படியே விட்டுவிட்டு வெளியேறுவது தான் சரியாக இருக்கும் இல்லையா?

அவர் வேலை செய்கிறார். கொஞ்சம் பணம் வைத்திருக்கிறார். இருந்தாலும் என்னை வெளியேற்ற வேண்டுமென்று அவர் நினைக்க வாய்ப்பில்லை. மாறாகத் தன்னுடைய கட்டுப்பாட்டில் வைத்திருக்க நினைத்திருக்கலாம். அதற்கு அவருடைய வயதும் ஒரு காரணமாக இருக்கலாம். இது ஒரு சாதாரண குடும்பப் பிரச்சனை என்றுதான் நினைக்கிறேன்.

ஆனால் 2009 விடுதலைப்புலிகள் அழிக்கப்படும்வரை அவர் கை வீட்டில் ஓங்கியிருந்தது. அவர்கள் இருந்தால் தான் ஊருக்குப் போனால் தனக்கு முன்னுரிமை கிடைக்கும் என்பதை அழுத்தமாக நம்பினார். புலிகள் இருக்கும்வரை தன்னம்பிக்கை யுடன் இருந்தவருக்கு 2009 புலிகளின் அழிவுக்குப் பின் சிறிய மாற்றம் தெரிந்தது.

சரி உங்களிடம் எனக்கு கேள்விகள் இருக்கின்றன. நீங்க சந்தோசமாக இருந்த நாட்களில் கீதா இயக்கதில் நடந்த நிகழ்வுகள்பற்றி ஏதாவது சொல்லியிருக்கிறாங்களா?

இயக்கத்தில் அவருடைய பெயர் என்ன என்பதைக்கூட அவர் என்னிடம் சொன்னதில்லை. அந்தக் கதைகளைக் கேட்க வேண்டுமென்ற ஆர்வம் எனக்கு ஏற்பட்டதில்லை. அதனால் நான் கேட்டதில்லை.

இது கொஞ்சம் நெருக்கமான கேள்வி. அவர் இயக்கத்தில் இருந்தபோது காயப்பட்டதால்தான் விரக்தி அடைந்ததாக ஊரில் கேள்விப்பட்டேன். அது உண்மையா?

அப்படித்தான் நானும் கேள்விப்பட்டேன். ஆனால் அவர் உடம்பில் எந்தக் காயத்தையும் நான் பார்த்ததில்லை.

இவரிடம் உரையாடியதில்:

"எல்லாப் போர்ப்பயிற்சிகளும் புறவயமானது அவர்கள் புறச்சூழலுக்கே முக்கியத்துவம் கொடுக்கிறார்கள். அகமும் புறமும் சமநிலை தவறும்போது சராசரியான மனித வாழ்க்கையிலிருந்து அவர்கள் விலகுகிறார்கள்."

ரேசன் கார்டு . . .

“காலைல மஹால்ல கால்கடுக்க இடுப்பு வலிக்க எச்ச இலய எடுத்துட்டு வீட்டுக்கு வந்து இடுப்ப சத்த ஆத்திக்கலாம்னு இப்பதாப்பா படுத்தேன் காலையில சாப்பிடவுமில்லை ...

மிருகமா, காக்கா குருவியா, ஒரு மீனாக்கூட பிறந்தாலும் பறவாயில்லை. மனுசனா அதுவும் தமிழனா பிறக்கக்கூடாதுப்பா. யாரு கஸ்டப்படுறா? வெள்ளக்காரன் கஸ்டப்படுறானா?, சிங்களவன் கஸ்டப்படுறானா?, தமிழனா புறந்ததால அதுவும் அகதின்னா எங்கிட்டுப்போனாலும் பிரச்சனைதாப்பா.

ஏந்தான் நம்மள ஆண்டவன் படச்சானோ? ஒரு மிருகமா பொறந்திருந்தா நம்மள எவனாவது வெட்டி தின்னாக்கூட பறவால்ல. இல்லாட்டி மீனாப்பிறக்கனும் இல்லாட்டி காக்கா குருவியா பிறக்கனும். வெள்ளக்காரன் கஸ்டப்படுறானா சிங்களவன் கஸ்டப்படுறானா சொல்லு பாப்போம், நாமதான் கஸ்டப்படுறோம். தமிழனா பிறந்ததால எல்லாப் பக்கத்தாலயும் பிரச்சனை. அகதியா என்னைக்கு புறப்பட்டமோ அன்னையில இருந்து எல்லாமே பிரச்சனைதான். எங்க பிறந்து எங்க வளந்து வேலை கஸ்டமா இருந்து வீட்டுக்கு வந்து

இடுப்பு கொதிக்குதேன்னு படுத்தா இப்புடித்தா யோசன வருது. ஏந்தான் ஆண்டவன் நம்மள படைச்சான் ... யாருக்கிட்ட சொல்ல. ஊர விட்டு, பிறந்த இடத்தவிட்டு, புறப்பட்டதிலயிருந்து சீரழிவுதாம்ப்பா ...”

என்று திரும்பத்திரும்பச் சொல்லிப் பெருமூச்சுவிட்டார் சரோஜா அம்மா. 1977இல் நாங்க காலியில குடும்பமா வாழ்ந்தோம். அப்பா அம்மா இந்தியாவாக இருந்தாலும் நாங்க பிறந்தது வளந்தது இலங்கையில. தோட்டமும் தொரவுமா வாழ்க்கை போய்க்கிட்டு இருந்தது. 77 கலவரம் வந்தது. கத்தி துப்பாக்கி வச்சி வெட்டியும் சுட்டும் தமிழர்களைக் கொன்னாங்க. வீடுகடைகளுக்கும் தீ வச்சி எரிச்சாங்க. அப்போ எனக்கு ரெண்டு கொழந்தைங்க. கைக் கொழந்தைய மடியிலேயே வச்சுக்கிட்டு நடுங்கிட்டு இருந்தோம். எங்கிட்டு போறதுன்னும் தெரியல. அப்புறம் சிங்கள பொம்பளைங்க மாதிரியே சேல கட்டிட்டு நுவரேலியா வந்தோம். உயிர பணயம் வச்சி சின்னகுழந்தைகளையும் வச்சிக்கிட்டு சிரமப்பட்டுத்தான் வந்து சேர்ந்தோம். அதனால எந்தப் பொருளும் எடுத்துவர முடியல.

நுவரேலியா டவுன்ல இருந்து ரேஸ்கோசுக்கு அந்தப்பக்கம் ஒருகிலோமீட்டர் தொலைவில தோட்டத்துக்குள்ள வீடு கட்டினோம். தகரம், பலகையால கட்டின வீட்டைச்சுத்தி காரட்டு, பீற்றூட்டு, கோஸ் இருந்தது. ஆனால் நிலம் எங்களுக்குச் சொந்தமானது இல்லை. நுவரேலியா டவுன்ல யாழ்ப்பாணத்து ஆளுக கடைகள் நிறைய இருந்தது. அவர்களுக்கு பெரிய பங்களா வீடுகளும் தோட்டங்களும் இருந்தது.

ஒரு நாள் சாயங்காலம் மூணு மணி இருக்கும். கைக்குழந்தையும் வைச்சுக்கிட்டு காரட்டு புடுங்கிட்டு இருந்தேன். வெடிச்சத்தம் மாதிரி பெரிய சத்தம் கேட்டுது. நிமிர்ந்து பார்த்தேன். டவுன் பக்கமா வானத்தில கரும் புகையாப் போய்க்கிட்டு இருந்துது. பயத்தில வீட்டுக்கு வந்தேன். வீட்டுக்காரரும் வேலைக்குப் போய்ட்டாரு. ஆளுகளெல்லாம் தேயிலைக் காட்டுக்குள்ளால ஓடுறாங்க. என்ன செய்றதுன்னு தெரியாம திகைச்சுப்போய் நிக்கிறேன். அப்பத்தான் ஒருத்தர் வந்து சொன்னாரு டவுன்ல யாழ்ப்பாணத்து ஆளுகள எல்லாம் சிங்களவங்க வெட்டுனாங்க கடை வீடுகளை எல்லாம் கொழுத்துனாங்க. இங்க இருக்கிற டாட்டா சுமோ மாதிரி வாகனத்தில பின்னாடி கட்டி ரோட்டுல தரதரன்னு இலுத்துட்டுப் போனாங்க. வசதியான நிறமாத புள்ளத்தாச்சிப் பொண்ணு வயித்த கிளுச்சு குழந்தையும் தாயையும் குடும்பத்தோட வீட்டுக்குள்ள போட்டுக் கொழுத்தினாங்க. டவுன்ல யாழ்ப்பாணத்து ஆளுக கடைகளும் வீடுகளும் இருந்துச்சு

அவங்களத்தான் நாசம் பண்ணினானுக. எஸ்டேட் பக்கமெல்லாம் வர எஸ்டேட் ஆளுக தடி கம்புகளோட இருந்தாங்க. நாங்க டவுனுக்குப் பக்கமா இருந்ததால எங்களுக்கும் பிரச்சனையா இருந்துச்சு.

அதுக்கப்புறம் கமலும் மனோரம்மாவும் வந்து திறந்து வச்ச சினிமா கொட்டகையில எல்லாரும் இருந்தோம். அப்புறம் பிரச்சனை கொஞ்சம் ஓஞ்சமாதிரி இருக்கவும் வெள்ளிக்கிழமை வீட்டுக்கு வந்தோம். ஞாயித்துக்கிழமை மார்க்கெட்டுக்குப் போய் சாமான்கள் எல்லாம் வாங்கிவந்து சமச்சு சாப்பிட்டோம். கொஞ்சம் அரிசிய மண்ணுக்குள்ள புதச்சு வச்சோம். மறுபடியும் பிரச்சனை வந்தால் குழந்தைகளுக்குச் சாப்பாட்டுக்கு வேணுமே.

16 பலகை போட்டுக் கட்டின தகரக் கூரை வீடுதானே. விடியக்காலை மூணு மணியிருக்கும். எங் கைக்குழந்தைக்கு உடம்பு முடியல. நானும் எங் குழந்தைகளும் தூங்கிட்டிருந்தோம். அப்போது அய்யோன்னு கத்திக்கிட்டு ஓடிவந்தான் என் மகன். வீட்ட யாரோ கொழுத்திட்டாங்க. நானும் கத்தவும் பக்கத்து வீட்டு இளந்தாரிப் பொடியந்தான் வந்து கடப்பாரையால பலகைய உடச்சு ஒவ்வொரு குழந்தையா தூக்கித்தூக்கி வெளியே வீசினான்.

நிறையப்பேரோட வீட்ட அப்பிடி கொழுத்திட்டாங்க. பலகையால கட்டின வீடுங்கிறதால எல்லாமே எரிங்சு போச்சு.

அதுக்கப்புறம் முகாம் ஒண்ணு அமச்சிருந்தாங்க. அங்க கட்டுன துணியோட போயிருந்தோம். புள்ளயளத்தான் காப்பாத்த முடுஞ்சுதெ தவிர ஒரு பொருளும் எடுக்கல. பிறப்புச் சான்று எல்லாம் எரிஞ்சதால எங்ககிட்ட எந்த ரெக்காடும் இல்ல. குழந்தைகள வச்சுக்கிட்டு இருக்கும்போது நடராஜன்னு ஒருத்தர் சொன்னாரு நாம இனிமே இங்க இருந்து புளைக்க முடியாது. யாழ்ப்பாணம் நம்ம தமிழ் ஆக்களோட போயிருவோம். நாங்களும் போகத் தயாராயிட்டம். ஆனா அதிகாரிங்க எங்கள அனுப்ப மறுத்துட்டாங்க. நாங்க யாழ்ப்பாணம் போகப்போறம்னு உறுதியா இருந்தோம். தொண்டமான் வந்து நீங்க போக வேணாம். உங்களுக்கு வீடு கட்டித் தர்றோம்னு சொன்னாரு. நாங்க இங்க இருக்கமாட்டோம்னு உறுதியாச் சொன்னோம்.

ரெண்டு பஸ்ச கொண்டுவந்து நாய ஏத்துமாதிரி ஏத்தி அடச்சாங்க. மூச்சு விடமுடியல. பஸ்சுக்கு முன்னாடியும் பின்னாடியும் ஆமி பாதுகாப்போட வவுனியா அரசாங்க ஆஸ்பத்திரியில இரவுபோல கொண்டுவந்து விட்டுட்டு

ஆமிக்காரங்க போய்ட்டாங்க. அந்த இரவு அங்க தங்கிட்டு மறுநாள் யாழ்ப்பாணம் கச்சேரியில கொண்டுவந்து விட்டாங்க. ஆனா யாழ்ப்பாணத்தில அதிகாரிங்க எங்கள ஏற்க மறுத்துட்டாங்க. எங்கள திருப்பி அனுப்பப்போறதா சொன்னாங்க அங்கேயும் நாங்க போக மறுத்துட்டோம். வேற வழியில்லாம அதிகாரிங்க கூடிப் பேசி எங்கள கைதடியில உள்ள முகாம்ல தங்க வச்சாங்க. அங்க எங்கள மாதிரி வந்தவங்க நிறையப்பேரு இருந்தாங்க. அங்க ஒன்பதுமாதம் இருந்தோம். நுவரேலியா குளிர்ப் பிரதேசம் இங்க வெயில் நெருக்கமாக இருந்ததால புள்ளைகளுக்கு எல்லாம் அம்மை போட்டிருச்சு. புள்ளைங்க அங்க செத்துத்தான் புலச்சுதுகள்.

அப்புறம் பாத்தம், இங்கயும் புள்ளகுட்டிய வச்சுட்டு புளைக்கமுடியல. நடராஜன்தான் சொன்னாரு நாம இங்க இருந்தா பிளைக்கேலாது, நாம இந்தியாவுக்கு போகலாம். அப்புறம் இயக்க பொடியங்க வந்தாங்க. அவங்கதான் எங்கள தலைமன்னார்வரைக்கும் கொண்டுவந்து விட்டாங்க.

தலைமன்னார் அந்தோனியார் கோவில்ல இரவு 12 மணிக்கு இருந்தோம். அப்புறம் மூணுமணிக்குக் கடற்கரையில ஒரு குடிசைல இருந்தோம். அதுக்கப்புறம்தான் கடல்ல இறக்கிப் படகில ஏத்தினாங்க. அந்தப் பக்கம் கப்பல்ல ஏத்தினாங்க. எங்கக்கூட வந்த 28 குடும்பங்களுக்கும் எந்த சான்றிதழ்களும் இல்ல. அதாலதான் நாங்க படகில வந்தோம். இப்படித்தான் 1983 கடைசில அஞ்சு புள்ளைகளோட நாங்க தமிழ்நாட்டுக்கு வந்தோம். தமிழ்நாட்டுக்கு புள்ளகுட்டிய தூக்கிட்டு வரும்போது அப்போ தமிழ்நாட்டுக்காரங்க அப்பிடி கவனிச்சுக்கிட்டாங்க. என்ன குலமுன்னும் பாக்கல என்ன சாதின்னும் பாக்கல. அந்த வீட்டுல போய் சோத்த தூக்கிட்டு வந்தாங்க. இந்த வீட்டுல போய் குழம்ப தூக்கிட்டு வந்தாங்க மணல்மேல உக்காரவச்சு புள்ளைகளுக்குச் சாப்பாடு குடுத்தாங்க. ஆனா இப்ப அப்பிடி இல்ல. சாப்பாடு குடுத்து அவங்கதான் ராமேஸ்வரம் கோவில்ல கொண்டுவந்து விட்டாங்க. அங்க ஒருநாள் இருந்தோம். ஒருத்தர் சொன்னாரு மண்டபத்தில கேம்ப் இருக்கு. நீங்க அங்க போங்கன்னாரு. அதுக்கப்புறம் மண்டபம் கேம்ப் வந்தோம். ஆனா முகாமில எங்கள உள்ள விடமாட்டேண்டுட்டாங்க. போய் போலிஸ்ல துண்டு வாங்கிட்டு வாங்கன்னாங்க. எங்ககிட்ட எந்த அத்தாட்சியுமில்ல. அதால மூணுநாளா மண்டபம் முகாமுக்கு வெளியவே இருந்தோம். அப்போ அங்க கப்பல்ல வந்த அகதிகள் இருந்தாங்க. அவங்கதான்

தொ. பத்தினாதன்

எங்களுக்குச் சாப்பாடு குடுத்தாங்க. அங்க ஒருத்தர் சொன்னாரு, நீங்க இறங்கின இடத்தில உள்ள போலிஸ் ஸ்டேசன்ல இருந்து துண்டு கொண்டு வந்தா முகாமில சேத்துப்பாங்கன்னாரு. என் வீட்டுக்காரருடன் எட்டுப்பேரு போலிஸ் ஸ்டேசன் போனாங்க. அங்க போலிஸ்காரங்க துண்டு தரமாட்டேன்னுட்டாங்க. ஏன்னா எங்ககிட்ட எந்த ரெக்காடும் இல்ல. திருப்பி அனுப்பபோறதா வேறு மிரட்டினதுமில்லாம குண்டக்கமண்டக்க திட்டிட்டாங்க. என்ன செய்றதுன்னு தெரியாம அவங்க திரும்பி வந்து பாத்தாக்க எங்கள காணல. போலிஸ்காறங்க சொன்ன மாதிரியே திருப்பி அனுப்பிட்டாங்களோன்னு பயந்துட்டாங்க. அப்புறம் சுப்புராயந்தான் வந்து சொல்லிக் கூட்டிட்டு வந்தாரு.

என்னாச்சுன்னா இவங்க போலிஸ் ஸ்டேசன் போனப்ப கட்சிக்கரங்க எம்ஜி ஆருக்கு போண் பண்ணி சொல்லவும் அவரு அதிகாரிகளுக்கு எங்கள முகாமில சேத்துக்கசொல்லி உத்தரவு போட்டுட்டாரு. 1988 பாம்பன் பாலம் கட்டினப்ப அங்க வேலை பாத்திருக்கிறேன் இப்புடி கூலிவேலையும் அதுவுமா வாழ்க்கை அதுபாட்டில போய்ட்டு இருந்துச்சு புள்ளைகளும் வளர்ந்திட்டு இருந்தாங்க.

வந்த அகதிகள்* நாடு திரும்பிப் போனபோது நாங்க கொஞ்சப்பேர் போகமாட்டமுன்னு சொல்லிட்டம். 1987 க்கு பிறகு நிறையப்பேர் இலங்கைக்குத் திரும்பி போனாங்க. எங்களுக்குக் குடியுரிமை குடுத்து முகாமுக்கு வெளிய அனுப்பிறதா சொன்னாங்க. அதுக்குள்ள மறுபடியும் 1989 அகதிகள் வர ஆரம்பிச்சிட்டாங்க. அதுக்கப்புறமும் பழைய ஆளுகளுக்கு குடியுரிமை குடுக்கச் சொல்லி டெல்லி வரைக்கும் போய் பேசுனம். 1991 ராஜீவ்காந்தி கொலையோட எல்லாம் நின்னுபோச்சு. நாங்க இந்திரா காந்தி, எம்ஜிஆர், ராஜீவ்காந்தி, இப்ப ஜெயலலிதா சாவுக்கும் இங்கதான் இருக்கிறோம்.

1983இல் இருந்து 1996 வரைக்கு மண்டபத்தில இருந்தோம். என் மகனுக்கு அப்போ 18 வயதிருக்கும். யாழ்ப்பாணம் போய் கல்யாணம் கட்டியிருந்தான். நாலு குழந்தைகளும் இருக்கு. ஒருநாள் அவன் வருத்தம் வந்து இறந்திட்டதா சொன்னாங்க. எப்புடி இலங்கை போனான்? எப்புடி இறந்தான்? எதுவும் சரியாத் தெரியல.

---

* தமிழகத்திற்கு அகதிகள் வருகை நான்கு கட்டங்களாக நிகழ்ந்தது. 1983 – 1987, 1989 – 1991, 1996 – 2003, 2006 – 2010 தமிழக மறுவாழ்வுத்துறை அலுவலகத்தின் கணக்கின்படி இக்காலப்பகுதியில் மொத்தம் 3,03,076 பேர் இலங்கையிலிருந்து அகதிகளாக தமிழகம்நோக்கி வந்துள்ளனர்.

1996இல் மறுபடியும் அகதிகள் நிறையப் பேர் வரவும் மண்டபம் முகாமில உள்ள பழைய ஆளுகள எல்லாம் வேற முகாம்களுக்கு மாத்தினாங்க. அப்பவும் நாங்க இங்கவே பல வருடமா வாழ்ந்து பழகிட்டம். அதால நாங்க போக முடியாதுன்னு சொல்லிப் போராட்டம் நடத்தினோம். அதிகாரிங்க வலுக்கட்டாயமா போலிஸ வச்சு ஏத்தி வந்து கொட்டப்பட்டுல விட்டாங்க. இங்க வந்து 22 வருசமாச்சு. இனிமே எங்க மாத்துவாங்களோ தெரியல.

ஊருல உள்ள (தமிழ்நாடு) உறவுக்காரங்க உறவில்லாத ஊர்காரங்ககூட பிள்ளைகளுக்கு கல்யாணம் எல்லாம் முடிஞ்சு குடும்பமா வாழ்றாங்க. ஒரு மக திருப்பூர்ல பனியன் கம்பனில வேலை செய்றா. அவ மகளையும் அங்கயே படிக்க வைக்கிறா.

என் வீட்டுக்காரரு இங்கவந்து பல வேலைகள் செய்தாரு. 1996 தேர்தல் வேலைன்னு போய் கால ஒடச்சுட்டு வந்தாரு. 48 தையல் போட்டு மாசக்கணக்கா கவர்மெண்டு ஆஸ்பத்திரியா அலஞ்சு சரியாச்சு. வேலைக்குக் கூட்டிட்டு போன கட்சிகாறங்க எதுவும் தரல. அதுக்கப்புறம் கொஞ்சநாளா விறகு வெட்டி யாவாரம் செஞ்சாரு. கண்ணுல விறகு பட்டு ஒரு கண்ணு சரியாத் தெரியல. அதுக்கப்புறமும் அவர் சும்மா இருக்கல. சும்மாதான் இருந்திர முடியுமா? அதுக்கப்புறம் ஒரு சிமிண்டு கடையில வேல பாத்தாரு. அது சிமிண்டு வயித்துக்குள்ள போய் சாகக்கிடந்து பொளச்சு வந்தாரு. இப்ப ஒருகுடம் தண்ணி தூக்க முடியல. ரேசன் கடையில அரிசி புடுச்சு வைப்பாரு நாங்கதான் போய் தூக்கி வரனும். அவருக்கு இங்க ஊர்ல பூர்விக சொத்து இருந்தது. அவர் சொந்தக்காரங்க சொத்துத்தரல. கோர்ட்டுல கேசுபோடச்சொல்லி சில பேர் சொன்னாங்க; வேணாம்மிண்ணு விட்டுட்டோம்.

ஸ்ரீமா சாஸ்திரி ஒப்பந்தத்தில வந்திருந்தாலாவது இங்க வந்து அகதியா இல்லாம ஊரோட உறவோட இருந்திருப்போம். அதுலயும் விடுபட்டுட்டம். இந்தா பாரு நேற்றைக்கு ரெண்டு வேலை பார்த்தேன். காலையில ஒரு கல்யாணம். இரவுக்கு ஒரு கல்யாணம். 700 ரூபா கிடச்சுது. அப்பப்ப அதுமாதிரி வேலை வரும். ஆனா என்ன, அதிகாரிங்ககிட்ட எங்க வேலைக்கு போறமுன்னு எழுதிக் குடுத்துட்டுதான் போகணும் இல்லனா அவங்க பிரச்சனை பண்ணுவாங்க. அரசாங்கம் குடுக்கிற உதவியாலயும் எச்சி எல எடுத்தாலும் கவுரவமா நிம்மதியா வாழ்றோம். வயசும் அறுவதுக்கு மேல ஆச்சுப்பா. இனிமேலும் எங்கள எங்கயும் விரட்டாம அரசாங்கம் விட்டாப்போதும்ப்பா.

நாங்க தமிழ் நாட்டுக்கு வரும்போது மூத்தபிள்ளைக்கு பதினொருவயது. கடைசிப்பிள்ளை கைக் குழந்தை. இன்னைக்கு மூத்தபிள்ளையோட பிள்ளைக்கு இருவத்திரண்டு வயசு. பத்துப்பேரோட பிறந்து இப்ப இருக்குறது நாலுபேர்தான். பிள்ளைகளோடயும் கட்டின புடவையோடயும் இங்கவந்த எங்களுக்கு இருக்க இடங்கொடுத்து சாப்பாடு கொடுத்தாங்க. அந்த விசுவாசம் இருக்குப்பா. இவ்வளவு செஞ்சவங்க எங்களுக்கு ஒரு ரேசன்கார்டு குடுத்தாப் போதுமையா. நாங்க புளச்சுக்குவம். ஆனா இலங்கைக்குத் திருப்பி போன்னு சொன்னாங்கண்ணா தீக்குழுச்சு சாகிறத தவிர எங்களுக்கு வேற வழியில்லப்பா.

மௌனம்

அகதிகள் முகாமிற்குள் எப்போதும் ஏதாவதொரு வதந்தி பரவிக்கொண்டே இருக்கும். மதுரையில் ஒரு முகாமை மாற்றப்போகிறார்கள் என்ற தகவல் எனக்கு விபரம் தெரிந்த நாளிலிருந்தே இருக்கிறது. அதனாலேயே பலரும் ஒழுகும் ஓலைக்கொட்டிலைகூடப் பொருட்படுத்தாமல் வாழ்ந்தார்கள். 2009க்குபின் எல்லோரையும் இலங்கைக்கு அனுப்பப்போகிறார்கள் என்ற கதை ஆரம்பமானது. சமீபத்தில் மத்தியிலிருந்து வந்து அதிகாரிகள் முகாம்களை ஆய்வு செய்தார்கள். ஆகவே, குடியுரிமை குடுக்கப்போகிறார்கள் என்றும் கூறிக்கொண்டிருந்தார்கள். ஆனால் 35 வருடங்களாகப் எந்த மாற்றங்களும் இல்லாமல் முகாம்கள் அப்படியேதான் இருக்கின்றன.

யார் இப்படியான கதைகளை முகாம்களுக்குள் பரப்புகிறார்கள்? ஒரு சில தொண்டு நிறுவனப் பணியாளர்களால் இது திட்டமிட்டுப் பரப்பபடுவதாகச் சொல்கிறார்கள். யூகத்தின் அடிப்படையிலான விடயங்கள் முகாம்களுக்குள் உண்மைக் கதைகளாகப் பேசப்படுவதுமுண்டு. முகாமைப் பதற்றத்துடன் வைத்திருப்பதற்காகவே இவ்வாறான கதைகள் பரப்பப்படுவதாகவும் சொல்லப்படுகிறது. முகாம்கள் இருக்கும் வரையே தொண்டு நிறுவனங்களுக்கு வேலையிருக்கும் என்பதையும் கவனத்தில் கொள்ள வேண்டும்.

இவ்வாறான குற்றச்சாட்டுகளுக்கு ஆதாரங்கள் இல்லை. ஆனாலும் ஒவ்வொரு காலகட்டத்திலும், முகாம்கள் பதற்றமான குழப்பமான சூழ்நிலையில் இருப்பதைப் பார்த்திருக்கிறேன்.

ஏற்கனவே குழப்பமான மனநிலையில் நிரந்தரமில்லாமல் வாழும் அகதிகளுக்கு இத்தகைய வதந்திகள் தடுமாற்றத்தையும் பதற்றத்தையும் அதிகப்படுத்துகிறது. 35 ஆண்டுகளுக்கு மேலாக அரசு உதவிப்பணத்துடனும், ரேசன் அரிசியுடனும், அதிகாரிகளின் அலச்சியத்துடனும் முகாம்களுக்குள் முடங்கியே வாழ பழக்கப்பட்டிருக்கிறார்கள். காலத்துக்குக் காலம் அகதிகள் பலியாடுகளாகவே இருக்கிறார்கள். தாங்கள் பலியாடுகள் என்பது அவர்களுக்குத் தெரியவில்லை என்பதுதான் வருத்தம்கொள்ள வைக்கிறது.

அகதிகள் குறித்த ஒரு நிகழ்வில் சந்திரா என்பவரையும், மலர் என்பவரையும் சந்தித்தேன். மலர் தன்னுடைய கதையைச் சொல்லும்போதே மனதை நெருடுவதாக இருக்க அவர் கதையைக் கேட்கலாம் என்று சென்றிருந்தேன். கூடவே நண்பர் முருகனும் வந்திருந்தார். திருச்சியிலிருந்து புதுக்கோட்டை பிரதான சாலையிலிருந்த விமான நிலையத்துக்கு ஒரு கிலோ மீட்டர் முன்பாக இருக்கிறது கொட்டப்பட்டு அகதிகள் முகாம். திருச்சி மத்திய சிறைச்சாலை, விமான நிலையம், காவலதுறைக் கண்காணிப்பாளர் அலுவலகம், காவலர்கள் குடியிருப்பு ஆகியவற்றின் மத்தியிலிருக்கிறது இந்த முகாம். சிறிமா – சாஸ்திரி ஒப்பந்தத்தில் தமிழகம் திரும்பியவர்கள் தங்கிச் செல்வதற்காக இடைத்தங்கல் முகாமாகவும் நிரந்தரமற்ற கட்டடங்களுடனும் இது அமைக்கப்பட்டது. தமிழகத்திலுள்ள பெரிய முகாம்களான கும்மிடிபூண்டி, பவானிசாகர், மண்டபம் போல் இதுவும் முக்கியமான பெரிய முகாம். இடைத்தங்கல் முகாமாக கட்டப்பட்ட இம்முகாம் 1983 முதல் அகதிகள் முகாமாக மாற்றப்பட்டது. மறுவாழ்வுத்துறையும் இதுபோல் மாற்றப்பட்டதுதான்.

கொட்டப்பட்டு அகதிகள் முகாமிலிருந்து சற்றுத் தள்ளியிருக்கும் மத்திய சிறைக்குள்தான் அகதிகளுக்கான சிறப்பு முகாம் உள்ளது. இந்த முகாமில் 1983களில் அகதியாக வந்த 63 குடும்பங்கள் வாழ்வதாகச் சொல்கிறார்கள். மண்டபம் அகதிகள் முகாம், ஆழியாறு அகதிகள் முகாம்களிலுமாக சுமார் 2000 ஆயிரத்திற்கும் மேற்பட்ட அகதிகள் 83இல் வந்தவர்கள் இருக்கிறார்கள். இதுகுறித்த தரவுகள் அரசிடம் தனியாக இருக்குமா என்பது தெரியவில்லை. ஆனால் எல்லா அகதிகளும் சேர்ந்தே வாழ்கிறார்கள்.

மலரிடம் பேசியதில் 1983ஆம் ஆண்டு “நான் கைக்குழந்தையாக இருக்கும்போது அகதியாகத் தமிழகம் வந்தேன். இலங்கையில் மன்னார் மாவட்டம் என்பது மட்டும் தெரியும். மன்னாரில் எந்த இடம் என்பது எனக்கு ஞாபகமில்லை. அகதியாக வந்து

96வரை மண்டபம் அகதிகள் முகாமில் வாழ்ந்தோம். அதன் பின்பு இங்க (கொட்டப்பட்டு) மாத்திட்டாங்க. அதிலிருந்து இங்கேதான் வாழ்கிறோம். எனக்கு இங்கு முகாமிலுள்ள யாழ்ப்பாணத்தவருடன் கல்யாணம் நடந்தது. நாலு பிள்ளைகள் இருக்கிறார்கள். மூத்தவன் கல்லூரி படிக்கிறான். மற்றவர்கள் பள்ளிக்கூடம் போகிறார்கள். நான் ஒரு ஓட்டலில் வேலை பார்க்கிறேன். எனது கணவரும் கூலி வேலைக்குத்தான் போகிறார்.

உங்களுக்கு இலங்கை போக விருப்பமில்லையா?

கையில ஒருபைசா காசில்லாமல் குழந்தைகளைக் கூட்டிட்டு அங்க போய் என்ன செய்றது? இலங்கை எனக்குப் பிடிக்கும். ஆனால் இந்தியாவில் வாழவே விரும்புகிறேன். நான் வளர்ந்தது வாழ்ந்துகொண்டிருப்பது இங்கேதான். அதுபோல் எனது குழந்தைகளும் இங்கு வாழ்ந்து பழகிவிட்டார்கள். அதுமட்டு மில்லை எனக்கு தமிழகத்தில் அதிகமான சொந்தக்காரங்கள் இருக்கிறாங்க. அவர்களும் என்னை இலங்கைக்குப் போக வேண்டாம் என்றுதான் சொல்கிறார்கள். இலங்கையிலயும் சொந்தமிருக்கு, குறைவாகத்தான் இருக்கிறார்கள். இங்க வாழ்றதிலயும் நிறைய பிரச்சனை இருக்கு. செக்கிங், அப்புறம் படிச்ச பிள்ளைகளுக்குப் படிப்புக்கு ஏத்த வேலையில்லை. கூலி வேலைதான். ஆனாலும் நான் இங்க வாழத்தான் விரும்புகிறேன். அதனால எங்களுக்குக் குடியுரிமை வேணும். மத்தியில இருந்து அதிகாரிங்க வருவதாகச் சொல்லி முகாமை சுத்தம் செய்து லைட்டு எல்லாம் போட்டாங்க. நாங்களும் அதிகாரிகளிடம் கொடுப்பதற்காக மனுவெல்லாம் எழுதி வச்சிருந்தோம். வேலைக்குப் போகாமல் காத்திருந்தோம். மாலை நேரம் வந்த அதிகாரிகள் கால்மணிநேரத்தில் கிளம்பிவிட்டார்கள். நாங்க எழுதின மனுவைக்கூட சரியா வாங்கல. நாங்க சொன்னதையும் காதில வாங்காம அலட்சியப்படுத்திட்டுப் போய்ட்டாங்க.

இதைக் கேட்டுக்கொண்டிருந்த அவர் கணவர், "எனக்கு ஊருக்குப் போகணும். இங்க முகாமில வாழ்றது கஸ்டம். இந்த அதிகாரிகளும் அரசுகளும் எதுவும் செய்யமாட்டாங்க. எனது அம்மாவும் சகோதரியும் சமீபத்தில்தான் இங்கிருந்து இலங்கை போயிருக்கிறாங்க. அம்மாவைப் பிரிந்து என்னால் வாழ முடியாது. 69 வயது அம்மாவுக்கு அங்கு ஏதும் நடந்தால் அவசரத்துக்கு என்னால் அங்கு போக முடியாது. இன்னும் ஆறு மாத்தில நான் இலங்கை போக வேண்டும்.

மலர் குறுக்கிட்டு "நானும் அவரைப் போகத்தான் சொல்றேன். இரண்டு குழந்தைகளைக் கூட்டிட்டுப் போகச்சொல்றேன். போய் பார்த்துட்டுத் திரும்பி வாங்க."

அகதியாக இங்கிருந்து இலங்கை போகலாம். அதற்கு முதலில் உங்கள் ஆவணங்களுடன், மனு எழுதி ஆராய்ந்து பிரதிகள் ஜெராக்ஸ் எடுத்து, அகதிகளுக்கான சிறப்பு தாசில்தாரிடம் கொடுக்க வேண்டும். அவர் அதைக் கீழ்கண்ட அலுவலகங்களுக்கு அவர் அனுப்புவார்.

* மறுவாழ்வுத்துறை

* வாழும் இடத்திலுள்ள தாலுகா அலுவலகம்

* *Q* பிரிவு அலுவலகம்

* மாவட்டக் கண்காணிப்பாளர் அலுவலகம்

* *UNHCR* மூலமாகப் போவதாக இருந்தால் அவர்களுக்கும் மனுவோடு ஒரு ஜெராக்ஸ். சொந்த செலவில் போவதாக இருந்தால் தேவையில்லை.

அடுத்து மாவட்டக் கண்காணிப்பாளருக்கு பிரதி அனுப்பப் படும் மனுதாரருக்கும் காவல் நிலையத்திற்கும் விசாரணைக்காகக் கடிதம் அனுப்பப்படும். அவர்கள் விசாரித்து, விசாரணை அறிக்கை அனுப்ப வேண்டும்.

Q பிரிவுக்கு அனுப்பப்படும் மனுவும் விசாரணைக்குப் பின் சென்னையிலுள்ள தலைமையகம் சென்று மறுபடியும் மாவட்ட ஆட்சியர் அலுவலகத்திலுள்ள அகதிகள் சிறப்பு தாசில்தாருக்கு வந்துசேரும்.

வசிக்கும் இடத்திலுள்ள தாசில்தாருக்கு அனுப்பப்படும் மனு வருவாய்த்துறை *(RI)* அதிகாரி கைக்கு வந்து அவர் விசாரித்து அறிக்கையைத் தாசில்தாருக்கு அனுப்புவார்அவர். அகதிகள் சிறப்பு தாசில்தாருக்கு அனுப்பித்தர வேண்டும்.

இப்படி அனைத்து அறிக்கைகளும் சிறப்பு தாசில்தாருக்குக் கிடைத்தபின், அவர் அதை மாவட்ட ஆட்சியர் பார்வைக்கு அனுப்புவார். அதன் பின்பு வெளியேறுவதற்கான அனுமதியைக் காவல்துறைக் கண்காணிப்பாளரிடம் வாங்கிக்கொள்ள வேண்டும்.

ஒருவழிபாதைக்கான (பேப்பர் பாஸ்போர்ட். இங்கிருந்து இலங்கை செல்வதற்கு மட்டும்) கடவுச்சீட்டு வாங்குவதற்கு இலங்கைத் துணைத்தூதரகம் செல்ல வேண்டும். அதற்கு தனிப் பிரிவிடம் அனுமதி வாங்கிச் செல்ல வேண்டும். இந்த நடைமுறைகள் அனைத்தும் உங்களின் அலைச்சலைப்பொறுத்து விரைவாகவும் தாமதமாகவும் கிடைக்கலாம்.

ஆறுமாதமோ ஒரு வருடமோ அதிகாரிகள் இழுத்தடித்து அனுப்புவார்கள். அங்கு போனபின் மறுபடியும் இங்கு வருவதாக இருந்தால், இலங்கை பிறப்புச் சான்று, தேசிய அடையாள அட்டை, அதன்பின்பு கடவுச்சீட்டு, விசா, டிக்கட் எடுக்க வேண்டும். பெரும்பாலும் சுற்றுலா விசாவில்தான் வரமுடியும். இங்கு சுற்றுலா விசாவில் வந்தால் முகாமில் குடும்பமிருந்தால் அகதிமுகாமில் இருக்க மட்டும் அனுமதிப்பார்கள். அகதியாகப் பதியமாட்டார்கள். உதவித்தொகை எதுவும் கிடைக்காது. மனைவி குழந்தைகள் முகாமிலிருக்கும் நிலையில் சுற்றுலா விசாவில் வந்து குடும்பம் நடத்த முடியுமா? விசாக்காலம் முடிந்ததும் ஏக்கமே எஞ்சியிருக்கும்.

மலருக்கு அதிகமான உறவுகள் தமிழ்நாட்டில் இருக்கிறார்கள். மலர் கணவரின் அம்மாவும் சகோதரியும் உறவுகளும் இலங்கையில் இருக்கிறார்கள். அதனால் அவருக்கு இலங்கை போக வேண்டும். மலருக்கு இலங்கையில் நிரந்தரமாக வாழ விருப்பமில்லை. தமிழகத்திலும் சட்டரீதியாக வாழ வழியில்லை. குழந்தைகள் இங்கு படிக்கிறார்கள். இத்தனை ஆண்டுகாலம் இங்கு வாழ்ந்து பழக்கப்பட்டபின் கணவனுக்காகப் பிள்ளைகளையும் அழைத்துக்கொண்டு எந்தப் பிடிமானமும் இல்லாமல் இலங்கை போய் என்ன செய்வது? இவர்கள் பிரச்சனைக்கு, வாழ்வாதாரத்துக்கு, மனக்குமுறலுக்கு ஏதாவது தீர்வு இருக்கிறதா?

இலங்கை செல்வதா? முகாமில் இருப்பதா? ஊரிலுள்ள (தமிழகம்) உறவுகளுடன் சட்டரீதியாகப் போய் வாழ முடியுமா? இதற்குள்ளிருக்கும் சட்ட நடைமுறைகள் தெரிந்தும் தெரியாமலும் செய்வதறியாது குழம்பித் தவிக்கும் அகதிகளை, மேலும் குழப்பி ஆதாயமடைய நினைத்தால், அரசியல் செல்வாக்குடைய அந்தத் தொண்டு நிறுவனங்களை வலுவற்ற அகதிகளால் என்ன செய்ய முடியும்?

பாசப் போராட்டம், பணப் பிரச்சனை, சட்டச் சிக்கல்கள், நிரந்தரமற்ற வாழ்க்கைக்கு மத்தியில் அல்லாடும் அகதிகள், எங்கேயாவது எங்களை நிம்மதியாக வாழ விடுங்கள் என்ற அகதிகளின் குரல்கள் மௌனமாகவே இருக்கின்றன. அவை எவர் காதிலும் விழுவது இல்லை.

40 தொ. பத்திநாதன்

செயற்கையாக வெளியேற்றப்பட்டவர்கள்

'இலங்கைத் தமிழ் அகதிகள்' என்பது இலங்கையில் நடைபெற்ற போரின்போது பாதிக்கப் பட்டுத் தங்கள் உடமைகளை இழந்து அகதியாகத் தமிழகத்திற்கு வந்த இலங்கைத் தமிழர்களைக் குறிக்கிறது. ஆனால் இலங்கையில் இருவகையான தமிழர்கள் உள்ளனர்.

1) பூர்வீகத்தமிழர்கள்: இலங்கையைப் பூர்வீக மாகக் கொண்டவர்கள்.

2) மலையகத்தமிழர் ஆங்கிலேயர் ஆட்சிக் காலத்தில் தமிழகத்திலிருந்து இலங்கையின் மலையகப்பகுதிகளில் தேயிலைத் தோட்டங் களை உருவாக்கவும் பராமரிக்கவும் அழைத்துச் செல்லப்பட்டவர்கள்.

மலையக இந்தியத்தமிழர்கள் 839,504 பேரும்; பூர்வீகத் தமிழர்கள் 2,269,266 பேரும் இலங்கையில் வாழ்வதாக 2012ஆம் ஆண்டு இலங்கை அரசின் மக்கள் தொகைக் கணக்கெடுப்பு தெரிவிக்கிறது.

இலங்கைத் தமிழ் அகதிகள் போரின்போது பாதிக்கப்பட்டுத் தங்கள் உடமைகளை இழந்து அகதிகளாகத் தமிழகம் வந்தார்கள் என்றாலும் அகதிகள் எல்லோரும் போர்ப் பாதிப்புக்கு மட்டும் உள்ளாகி வெளியேறுவதில்லை. போர் பதற்றத்தை யும் பயத்தையும் உருவாக்கும். ஆனால் இந்தப் பயத்தையும் பற்றத்தையும் போர்புரிபவர்கள்

யாராக இருந்தாலும் தங்களுக்குச் சாதகமாகப் பயன்படுத்தவே முயல்வார்கள். அப்படித்தான் மிகைப்படுத்தப்பட்ட வதந்திகள் மூலமாக பதற்றத்தை உருவாக்கினார்கள். அதன்மூலமாகத் தங்களுடைய அரசியல் நலன்களையும் இன்னபிற காரணங்களையும் பேணி மக்களை வெளியேற்றினார்கள்.

இருதரப்பிற்குமான போர்க்களத்தில் பொதுமக்கள் கொல்லப்படுவது மிகக் குறைவு. அந்த இடத்தில் இருக்கக் கூடிய பெரும்பாலான விலங்குகள்கூடப் பெரும் சத்தம் காரணமாக வெளியேறிவிடும். எதிர்பாராமல் சில விலங்குகள் கொல்லப்படலாம். சிலநேரங்களில் மக்கள் வசிக்கும் இடங்களில் குண்டுகள் விழுந்து உயிர் சேதம் ஏற்படுவதுண்டு. ஆனால் தொழில்நுட்பப் பயன்பாடு நிறைந்திருக்கும் இன்றைய நிலையிலும் மக்கள் அதனை ஏற்றுகொள்ளமுடியாது. நவீனப் போர்களில் மக்கள் கொல்லப்படுவது திட்டமிடப்பட்ட செயல். எதிர்த்தரப்பின் உளவியலைச் சிதைப்பது, மக்களின் வெளியேற்றம் மூலமாகப் அரசியல் உரையாடலை ஏற்படுத்துதல், போரைத் திசைதிருப்புதல், சுயபாதுகாப்புக் காரணங்கள், யூகத்தின் அடிப்படை இவ்வாறு பல காரணங்களை வரிசைப்படுத்தலாம்.

போர்க்களத்தில் மனித உயிர் மிக மலிவானதாகவும், அரசியல் உரையாடலுக்கானதாகவுமே பயன்படுத்தப்படும். இங்கே எந்த அறவிழுமியங்களும் எவருக்கும் செயல்படுவதில்லை.

அரசர்கள் காலத்தில் போர்குறித்து அறக்கோட்பாடுகள் இருந்தன. நவீன உலகத்திலும் மருத்துவமனை, வழிபாட்டுத்தலங்கள் போன்ற பொதுஇடங்கள் (இன்னும் பல) தாக்குதல்கள் தவிர்க்கப்பட வேண்டும் என்று சொல்லப்படுகிறது. ஆனால் நம் முன்னாலிருக்கும் போர்குறித்த வரலாறு அப்படியானது அல்ல.

குடிமக்கள் கொல்லப்பட்டும், வெளியேற்றப்பட்ட பின்னும் போரின் அரசியல் உரையாடப்பட்ட அளவிற்குக், கொல்லப் பட்டவர்கள் குறித்தோ, அகதியாக வெளியேற்றப்பட்டவர்கள் குறித்தோ குறைந்தபட்சம் உரையாடாமல் இருப்பதுதான் அவலம். குறிப்பாக 1983 காலப்பகுதியில் தமிழகம் வந்தவர்கள் சுமார் 1.35 லட்சம் பேர். இதைக் கருத்தில்கொண்டே இந்தியா (அப்போது இந்தியப் பிரதமர் இந்திராகாந்தி) இலங்கைமீது அழுத்தம் கொடுத்தது. 1990 – 1991 காலப்பகுதியில் சுமார் 1.5 லட்சம் அகதிகள் தமிழகம் வந்தார்கள்.

1990 மார்ச்சில் இந்திய அமைதிப்படை வெளியேறிய பின் 1990இன் இடைப்பகுதியில் யாழ் கோட்டையில் போர்

ஆரம்பமாகியது. அப்போது போர் தொடங்காத வன்னியிலிருந்து அதாவது மன்னார், கிளிநொச்சி, முல்லைத்தீவு, வவுனியா பகுதிகளிலிருந்து கணிசமானவர்கள் தமிழகத்திற்கு வந்திருந்தார்கள். அப்போது புலிகள் அமைப்பினர் மக்களிடம் அகதிகளாக வெளியேற வேண்டாம் என்ற பிரச்சாரத்தை முன்னெடுத்திருந்தால் தமிழகம் வரும் மக்கள் தொகையை முற்றிலுமாக இல்லாவிட்டாலும் கணிசமாகக் குறைத்திருக்கலாம். மாறாக அகதிகள் வெளியேற்றம் மறைமுகமாக ஊக்குவிக்கப்பட்டது. பொதுவாக வதந்திகளும் பயமும் பதற்றமும் கீழ்த்தட்டு மக்களின் வாழ்வையே பாதிக்கும். இன்று இறுதியாக முகாம்களில் எஞ்சியிருப்பவர்களும் அவர்கள்தான்.

ஈழ அகதிகளின் வீடுகள்

நவீனத் தொழில்நுட்பமும் சொகுசும் நிறைந்த சொந்த வீட்டில் வசிப்பவர்களின் வீடுகுறித்த மனநிலை என்ன?

பெற்றோர் சம்பாதித்துக் கட்டிய வீட்டில் வசிக்கும் வாரிசுகளுக்கு வீடு குறித்த மனநிலை என்ன இருக்கும்?

சொந்த உழைப்பில் சம்பாதித்துக் கட்டிய வீட்டில் வசிப்பவர்களுக்கு வீடு பற்றிய மனநிலை என்னவாக இருக்கும்?

ஒரு பிடி நிலம்கூட இல்லாமல் சொந்த நாட்டில் சொந்த ஊரில் வாடகை வீட்டில் வசிப்பவர்களின் மனநிலை எவ்வாறு இருக்கும்?

மேற்குறிப்பிட்ட எந்தப் பிரிவுக்குள்ளும் இல்லாமல் சொந்த நாடுமில்லாமல் தொடர்ந்து தற்காலிகமாக வாழ்பவர்களுடைய மனநிலை எவ்வாறு இருக்கும்?

மனநிலைகள் மாறுபாடுடையவை.

வீடுபற்றிய சிறிய பதிவுக்காகத் திரும்பத்திரும்ப மேற்குறிப்பிட்ட பிரிவு மக்கள் பற்றி யோசித்துப் பார்க்கிறேன். கற்பனையாக்கூட அந்த மனநிலைக்கு அருகில் செல்ல முடியவில்லை. அப்படியானால் வீடுகுறித்த என் மனநிலை என்னவாக உள்ளது?

‘போரின் மறுபக்கம்’ எழுதிய பின்புதான் நான் அகதி என்பதையும் அகதிமுகாமில் வாழ்ந்தேன் என்பதையும் தைரிய மாகக் கூச்சமில்லாமல் வெளிப்படுத்தத் தொடங்கினேன். அதற்கு முன்பு வெளிப்படுத்த நான் விரும்பியது இல்லை. காரணம் அது இழிவானது; வாழ்வாதாரத்தைப் பாதிக்கக்கூடியது; அது அவமானமானது. குடிசை மாற்றுவாரியத்தில் வாழ்பவர்களும் சேரிப்பகுதியில் வாழ்பவர்களும் தங்கள் இருப்பிடத்தைக் குறித்துப் பெருமிதம் இல்லாமல் இருக்கலாம். ஆனால் அவர்கள் இந்நாட்டவர்கள் என்ற தகுதியுடையவர்கள்.

அகதி என்றும் அகதிமுகாம் என்றும் முகவரி சொல்வ தென்பது எனக்கு ஆரம்பம்தொட்டு அவமானமாக இருந்ததற்கு, முகாமிற்கு வெளியே இருந்த தொடர்புகளும் காரணமாக இருந்திருக்கலாம்.

முகாமிற்குத் தபால்காரர் வீடுவீடாக வந்து தபால் தரமாட்டார். யாருக்குக் கடிதம் வருமென்று முன் தெரிந்தவர்கள் அல்லது எதிர்பார்ப்பவர்கள் ஒரு பொதுவான இடத்தில் கூடுவார்கள். அந்த இடத்திற்கு வந்து தபால்காரர் பெயர் வாசிப்பார், உரியவர்கள் கடிதத்தை வாங்கிகொள்வார்கள். அக்கம் பக்கம் தெரிந்தவர்களுக்கும் வாங்கிவந்து கொடுப்பார்கள். சில முக்கியமான கடிதங்கள் காணாமல் போவதுண்டு. கடிதத்தைப் பிரித்துக் கொடுத்து மனஸ்தாபங்கள் ஏற்பட்டதுமுண்டு. இப்படியான அனுபவங்களால் முகாமுக்கு வெளியே நண்பர் களின் முகவரியைப் பயன்படுத்தியிருக்கிறேன்.

அகதிகள் முகாம் என்று மறைப்பது எனது போலியான கவுரவத்தைத் தேடும் முயற்சியாகக் கொள்ளும் அதேவேளை முகாம் என்பது மிக அவலமானது. அகதியாக ஆனதிலிருந்து வீட்டுக்கும் எனக்குமான இடைவெளி இருந்துகொண்டேதானிருக்கிறது.

1917இல் கட்டப்பட்ட மண்டபம் அகதிகள் முகாம் தமிழகம் வாழ் அகதிகளின் நுழைவுவாயில். மண்டபம் முகாம் மணல்மேட்டில் கால்வைத்தவர்கள் தமிழகத்தில் மட்டுமல்ல, ஐரோப்பிய நாடுகளிலும் உள்ளார்கள்.

தலைமன்னாருக்கும் தனுஸ்கோடிக்கும் கப்பல் போக்குவரத்து இருந்தபோது, தமிழகத்திலிருந்து இலங்கையின் தேயிலைத்தோட்டங்களுக்குத் தொழிலாளர்களும் பயணிகளும் போய்க்கொண்டு இருந்தபோது அவர்களுக்காகக் கட்டப்பட்டது. 1983 அகதிகள் வருகையைத் தொடர்ந்து அகதிமுகாமாக மாற்றப் பட்டது. 1983 அகதிகள் வருகை; 1990களில் அகதிகள் வருகை; 2006 அகதிகள் வருகை போன்ற முக்கிய நிகழ்வுகளுடன் தொடர்புடைய

மண்டபம் முகாம் 2017வரை நூறு ஆண்டுகள் வரலாறுடையது. 1917 முதல் 1925 வரை 1,25,585 தோட்டத்தொழிலாளர்களும் 60,663 பயணிகளும் தங்கிச் சென்றதாக சாரல்நாடன் 'மலையகத்தமிழர் வரலாறு' நூலில் குறிப்பிடுகிறார்.

மண்டபம் முகாமில் பிரிட்டிசாரால் கட்டப்பட்ட ஓட்டு வீடுகள் வரிசையாக இன்னும் இருக்கின்றன. பழமையான பெரிய மரங்கள் இருக்கின்றன. மருத்துவமனை, பள்ளிக்கூடம், தனித் துணைஆட்சியர் அலுவலகம், சிறிய அளவில் சிறையும் இருக்கிறது. 1983இல் அகதிகள் வருகையைத் தொடர்ந்து 1986இல் எம்ஜிஆர் ஆட்சிகாலத்தில் வீடுகள் கட்டப்பட்டன. பிரிட்டிசார் காலத்திய வீடுகள், எம்ஜிஆர் ஆட்சிகால வீடுகளைவிடப் பெரிதாக இருப்பதால் மக்கள் விரும்பும் வீடுகளாக பிரிட்டிஷ்கால வீடுகளே தற்போதும் உள்ளன. 2006, கருணாநிதி ஆட்சிக்காலத்தில் பிரதான சாலைகள், வீடுகள் பராமரிப்புக்காக 27 இலட்சத்து 33 ஆயிரம் ரூபாய் ஒப்புதல் அளிக்கப்பட்டது. அதில் முகாமின் உட்பகுதிப் பிரதான சாலை மட்டும் சீரமைக்கப்பட்டது. ஆனாலும் அகதிகளைப்போல முறையான பராமரிப்பு இல்லாமல் அவலட்சணமாகவே முகாம்களும் வீடுகளும் இருக்கின்றன. இந்த முகாமில் கால்பட்டவர்கள் பெரும்பாலும் இன்றுவரை மகிழ்ச்சியாக இல்லை என்று சொன்னால் மிகையில்லை.

2014 தமிழ் இந்து பத்திரிகை செய்திப்படி மண்டபம் முகாமில் 641 குடும்பங்களை சேர்ந்த 2,184 நபர்கள் வாழ்கிறார்கள். 1990ஆம் ஆண்டு, 1,13,456 அகதிகள் தமிழகம் வந்தார்கள். அவர்களை மண்டபம் முகாமில் தங்கவைத்துப் பேரூந்துகள் மூலமாகத் தமிழகத்தின் உள்மாவட்டங்களுக்கு அனுப்பி, உணவுதானியக் கிடங்கு (களியக்காவிளை), புயல் பாதுகாப்பு மையம் (முட்டுக்காடு), கோழிப்பண்ணை (உசிலம்பட்டி), நீர் அணைகளை ஒட்டிய குடியிருப்புக்கள் (பவானிசாகர், வெம்பக்கோட்டை, தர்மபுரியில் ஒருமுகாம்) போன்ற இடங்களில் தங்கவைக்கப்பட்டார்கள். ஒரே ஆண்டில் தொடர்ந்து அதிகமாக அகதிகள் வந்ததால் அரசுக்கு சொந்தமான இடங்கள், நீர் அணைகளை ஒட்டிய இடங்கள், உணவுதானியக் கிடங்கை ஒட்டிய காலி இடங்களிலும் ஓலை, தார்சீட்டுகளால் தற்காலிக வீடுகள் கட்டப்பட்டுக் குடியமர்த்தப்பட்டார்கள். சில ஆண்டுகளுக்கு முன்புவரை தானியக் கிடங்கில் உரப்பைகளால் தடுப்புகளை உருவாக்கி அதற்குள் இந்த மக்கள் வாழ்ந்தார்கள்.

இன்னும் மதுரை மாவட்டம் உச்சப்பட்டி, திருவாதவூர், தூத்துக்குடி தாப்பாத்தி, சென்னை கும்மிடிபூண்டி, சேலத்தில் சோப்புமண்டி, இன்னும் பல முகாம்கள் அரசுக்கு சொந்தமான

நிலத்தில் தற்காலிகமாக ஓலை, தார்சீட்டுகளால் கட்டப்பட்ட வீடுகள் அமைத்திருக்கின்றன.

1990 ஆண்டைவிடக் குறைவான மக்கள் 2006இல் வந்தார்கள் அவர்களும் ஏற்கனவே இருக்கும் முகாம்களை ஒட்டிய பகுதியில் ஓலைவீடுகள் கட்டிக் குடியமர்த்தப்பட்டார்கள். இங்கு வீடு என்கிறபோது பத்துக்கு பத்தடியோ பன்னிரண்டுக்கு பதினைந்து அடியோ உள்ள கொட்டில் அல்லது தார்சீட்டால், தகரச்சீட்டால் கட்டப்படும் இடம். உணவுதானியக் கிடங்காக இருந்தால் சீலை, உரப்பை, பெட்சீட் ஆகியவற்றாலான தடுப்பு.

நீண்டகாலமாக அகதிகள் வாழவேண்டிய சூழ்நிலை உருவானதால் ஓலையாலும் தார்சீட்டாலும் தற்காலிகமாகக் கட்டப்பட்ட வீடுகள் சேதமடையும்போது, அவர்களே அவரவர் வசதிக்கேற்ப இருக்கும் இடத்தைப் பொறுத்து வீடுகளை மாற்றியும் சரிசெய்தும் அமைத்துக்கொள்வார்கள். ஓலையால் வீடு கட்டியவர்கள் நான்கைந்துமுறை திருத்திக் கட்டியவர்களும் இருக்கிறார்கள். 2006இல் கருணாநிதி முதல்வராக இருந்தபோது 100 கோடி ஒதுக்கப்பட்டது. அதன் முதல் கட்டமாக 5,982 வீடுகள் மேம்படுத்த உத்தரவு இடப்பட்டது.

அதன் பின்பு 2012இல் ஜெயலலிதா முதல்வராக இருந்தபோது அகதிகளுக்கு வீடுகட்டுவதற்காக 25 கோடி ஒதுக்கினார். அதில் 14 மாவட்டங்களிலுள்ள 21 முகாம்களில் (மொத்தம் தற்போது 107 முகாம்கள் உள்ளன.) ஒரு வீட்டுக்கு ஒரு இலட்சம் ரூபாய் மதிப்பில் 2500 வீடுகள் கட்ட ஜெயலலிதா உத்தரவிட்டார். அவை இன்றுவரை கட்டப்பட்டுவிட்டதா? கட்டிய வீடுகள் வழங்கப்பட்டுவிட்டனவா என்று கூடத் தெரியவில்லை. அந்த வீடுகளும் மாடமாளிகை கிடையாது. ஒப்பந்ததாரரின் பிடிமானம் போக ஒருலட்சத்தில் என்ன வீடு கட்டிவிட முடியும்? அதுவும் பத்துக்கு பத்தோ, பன்னிரண்டுக்கு பதினைந்தடியோ உள்ள வீடுகள்தான்.

இவ்வாறு அதெற்கென ஒதுக்கப்படுகிற நிதியும் அறிவிப்புகளும் முறையாகச் செலவு செய்யப்பட்டதா? செயல்படுத்தப்பட்டதா என்பது சம்பத்தப்பட்ட அதிகாரிகளுக்குத்தான் தெரியும்.

குடிசைமாற்று வாரியக் குடியிருப்பு, சேரிக் குடியிருப்பு, ஹவுசிங்போர்டு மக்களுக்காவது வாக்களிக்கும் உரிமை இருக்கிறது. அரசியல்வாதிகள் தேர்தல் காலத்திலாவது வருவார்கள் அகதிமக்களுக்கு அதுவுமில்லை. நான் இந்த முகாமைச் சேர்ந்தவர் என்று வெளியே சொல்லும்போது கிடைக்கும் மரியாதை என்ன என்பதை அனுபவித்தவர்களால் மட்டுமே உணரமுடியும்.

வீடு பாதுகாப்பானது மட்டுமில்லை, கௌரவமானதும்தான். பாதுகாப்பும் கௌரவமும் இல்லாதபோது அவ்வீட்டில் வசிப்பவர்கள் வீடுகுறித்துப் பெருமிதம்கொள்ள முடியாது. மாறாக அவ்விடத்தைவிட்டு வெளியேறும் மனநிலையே மேலோங்கி நிற்கும்.

தற்காலிகமான இடத்தில், அடிப்படை வசதிகளின்றிக் கட்டப்பட்ட வீடுகளில் கால்நூற்றாண்டைக் கடந்து வாழ நிர்ப்பந்திக்கப்பட்ட அகதி ஒருவரின் வாழ்வு அவ்வளவு சுலபமானது இல்லை.

தமிழகத்திலுள்ள பர்மாகாலனி இருப்பதுபோல் சிலோன் காலனி உருவாகிவிடக்கூடாது. 27 ஆண்டுகளாகியும் முகாம்கள் இவ்வாறிருப்பது நியாயமற்றது. அரசுகள் எந்த அழுத்தமும் இன்றிக் கண்மூடிக் கிடக்கின்றன. இந்த மக்களின் துயர்துடைக்க வேண்டுமானால், 'அகதிமுகாம்களை மூடு' என்ற ஒற்றைக் கோசத்தை அரசுகளை நோக்கி வலுவாக எழுப்ப வேண்டும்.

அகதிகள் அடிமைமுறையின் நவீன வடிவம்

19ஆம் நூற்றாண்டில் நவீனம் இவ்வுலகைத் தன்வயப்படுத்த ஆரம்பித்தது. அது அரசியல் ரீதியாகவும் அறிவியல்ரீதியாகவும் தீவிரமாக உலகை ஆளமுற்பட்டபோது பலமான மாற்றங்களை உலகம் கண்டது. எல்லா வினைகளுக்கும் எதிர்வினை உண்டு. நவீனத்தின் விளைவாக உலகம் இரண்டு பெரும் உலகப்போர்களை எதிர்கொண்டது; அகதிகள் உருவாக்கமும் ஆரம்பமானது. இரண்டாம் உலகப்போர் பெருவாரியான மக்களை அழித்தொழித்தது மக்கள் இருப்பிடம், நாடிழந்தார்கள். இறுதியில் அகதி என்ற சொல்லாடல் அவர்களுக்குச் சூட்டப்பட்டது. இதன் தொடச்சியாக உலகில் சுமாராக ஒரு கோடிப்பேர் 'நாடற்றவர்'காக இருப்பதாக சமீபத்தில் ஐ.நா அறிவித்திருக்கிறது. இது போர் மட்டுமில்லாமல் பொருளாதாரக் காரணங்களுக்காகவும் நிகழ்கிறது. பொருளாதாரத்தை மையப்படுத்தி உலகம் மேல்நோக்கி நகரும்போது கீழ்நிலையில் இவ்வாறான மக்கள் கூட்டமும் பெருகிக்கொண்டே போகிறது.

பல கோட்பாடுகளை உருவாக்கிய மேற்குலகம் தான் அகதிகளையும் உருவாக்கியது, அகதி என்ற உரையாடலையும் உருவாக்கியது. மேற்கத்திய நாடுகளில் அகதிகள் பிரச்சனைகள் குறித்துப் பேசப்பட்டிருக்கிறது. ஆனால் கீழைத்தேய, வளர்ந்து வரும் நாடுகளில் இந்த மக்கள் எவ்வாறாகப் புரிந்துகொள்ளப்பட்டிருக்கிறது? இரண்டாம் உலகப்போரைத் தொடர்ந்து அகதிகள் குறித்த உரையாடலும், ஐநாவில் அகதிகளுக்கான

தனிச்சட்டமும் மேற்குலகில் இயற்றப்பட்டது. ஆனால் அதற்கு முன்பு அரசர்கள் காலத்திலும் அதற்கும் முற்பட்ட குழுவாழ்க்கை முறையிலும் பல காரணங்களுக்காக போர்கள் நடந்தபோது, போரால் பாதிக்கப்பட்ட, இடம்பெயர்ந்த மக்கள் என்ன ஆனார்கள், எவ்வாறு அழைக்கப்பட்டார்கள்?

மனித வாழ்க்கையில் பிரதானமான இரண்டு காரணங்களுக் காக இடப்பெயர்வு நடந்திருக்கிறது.

1) இயற்கையாக
2) செயற்கையாக

இடப்பெயர்வு உயிரினங்களுக்கு மட்டுமல்லாமல் தாவரங்களும்கூட இயற்கையாக எனும்போது இடம்பெயர்ச்சி அடைகின்றன. மனிதர்கள் தோன்றிய காலம்தொட்டே இயற்கை அனர்த்தம், கொடிய நோய்கள், உணவுப்பஞ்சம் போன்ற காரணங்களால் இடப்பெயர்வுகள் நடந்தன.

செயற்கையாக என்கிறபோது போர் முதன்மைக் காரண மாக இருக்கிறது. போருக்குப் பிரதான காரணமாக மண்ணும் பெண்ணும் இருந்ததாக வரலாறுகள் தெரிவிக்கின்றன. போரில் வென்றவர்கள் போரில் பிடிக்கப்பட்ட கைதிகளைக் கொன்றொழித்தாகவே வரலாறு சொல்கிறது. அப்போது வெற்றி ஒன்றே குறிக்கோள்; அறம் சார்ந்த நெறிகள் கவனத்தில் கொள்ளப் படமாட்டா. வீரமே பிரதானம். புறநானூரில் போரும் வீரமுமே அதிகமாகப் புகழ்ந்து பாடப்பட்டுள்ளதைக் கவனிக்கலாம்.

வரலாற்றுக்கு முற்பட்ட காலத்தில் கூட்டுவாழ்க்கை முறையும், அதனைத் தொடர்ந்து இனக்குழு வாழ்க்கையும், உற்பத்திக்கருவிகள் கண்டுபிடிக்கப்பட்டு அரசுகளும் உருவாகின என்று அறிகிறபோது அரசர்கள் காலத்தில் போர்கள் அதிகமாக நடந்ததாகவும் அறியமுடிகிறது.

தொடர்ந்து போர்கள் நடத்துவதற்கு உபரி உழைப்பு தேவைப் பட்டது. அதனால் போர்க்கைதிகளாகப் பிடிபட்டவர்களைக் கொல்லாது உடல் உழைப்புக்காக அடிமைகளாக்கியதாகச் சங்க இலக்கியப் பாடல்கள் தெரிவிக்கின்றன.

போரில் வென்ற அரசர்கள் தோற்றுப்போன அரசர்களைச் சிறைப்படுத்தியும் ஊர்களை எரித்தும் குளங்களை நாசப்படுத்தி னார்கள். போர்கள் நடந்தபோது அங்கு வாழ்ந்த மக்கள் என்ன கதிக்குள்ளானார்கள், இடம்பெயர்ந்தார்களா என்பதை அறிய முடியவில்லை. வெற்றிபெற்ற அரசர்கள் தோற்றுப்போன நாட்டு மக்களையும் அடிமைப்படுத்தினார்களா என்பதைக் கூடுதல் ஆய்வுக்குட்படுத்த வேண்டும்.

இதுவரை எழுதப்பட்ட பெரும்பாலான வரலாறுகள் ஆளும் தரப்பு அல்லது வெற்றி பெற்ற தரப்பின் வரலாறுகளாக இருந்துவந்தன. அவர்களின் தரவுகள் அடிப்படையில் உருவாகும் வரலாறுகள் பொதுமக்கள் வரலாற்றை எடுத்துரைத்ததில்லை. இந்நிலையில் பின்வரும் வினாக்களுக்கு விடை காண வேண்டிய அவசியம் ஏற்படுகிறது.

1) ஒரு குறிப்பிட்ட காலகட்டத்தில் ஒடுக்குமுறைக்கு ஆளான சமூகம் அல்லது இனத்தின் வரலாற்றை எப்படி எழுதப்போகிறோம்?

2) தனக்கென அதிகாரபூர்வமான, மரபு வழிப்பட்ட ஆவணங்கள் இல்லாமல்போன ஒரு குழுவின் வரலாற்றை எவ்வாறு எழுதப்போகிறோம்? ஆவணங்கள் இல்லையென்ற ஒரே காரணத்துக்காக ஓர் இனத்தின் வரலாற்றைப் புறக்கணித்துவிட முடியுமா?

இக்கேள்விகளுக்கு விடைகாண நம் மரபுவழி வரலாற்றாய்வுகள் தவறிவிட்ட நிலையில், இரண்டாம் உலகப்போருக்குப் பின்னர் ஜனநாயகவாதிகள் பலரும் இவ்வினாக்களுக்கு விடைகாணும் முயற்சியில் ஈடுபட்டனர். இதன் முதல்கட்டமாக இதுவரை வரலாற்றில் இடம்பெறாத அடித்தளச் சமூகக்குழுக்கள், வர்க்கங்களின் பட்டியல் ஒன்று உருவாகப்பட்டது. அது,

1) முன்னாள் அடிமைகள்

2) பாட்டாளிகள்

3) சிறைக்கைதிகள்

4) பெண்கள்

என்று ஆ. சிவசுப்பிரமணியன் ‘அடித்தள மக்கள் வரலாறு’ என்ற நூலில் பதிவு செய்திருக்கிறார்.

இதன் அடிப்படையில் போர் காரணமாகவே அடிமைகளும் சிறைக்கைதிகளும் நேரடிப் பாதிப்புக்குள்ளானவர்கள். பாட்டாளி களும் பெண்களும் போரினால் இடம்பெயர்ந்தார்கள். அதனால் இவர்களிடத்தில் மரபுவழிப்பட்ட ஆவணங்கள் இல்லாமல் போயின.

தமிழகத்தில் வாழும் நவீன அகதிகளுக்கு வாய்மொழியின் அடிப்படையிலேயே ஆவணங்கள் உருவாக்கப்பட்டன. வாய்மொழியின் அடிப்படையிலேயே அகதிப்பிள்ளைகள் பள்ளிக்கூடங்களில் சேர்க்கப்பட்டார்கள். வாய்மொழி ஆவணத்தால் மிகுந்த பாதிப்புகுள்ளான சாட்சியாக நானே இருக்கிறேன்.

காலனிய ஆட்சி நிறுவப்பட்டு அரசர்கள் காலம் முடிவுக்கு வருகிறது. காலனிய ஆட்சியுடன் நவீனமும் வந்துவிடுகிறது.

அடிமைமுறையின் நவீனவடிவம் அகதி என்று நேரடியாகச் சொல்ல முடியுமானாலும் அடிமைமுறை மூலமாக நேரடி உழைப்புச் சுரண்டல் நடந்தது. நவீன அகதிகளை வைத்து உழைப்புச் சுரண்டல் நேரடியாக நிகழவில்லை. இது நவீனத்தின் வெளிப்பாடுதான். ஆனால் அடிமைமுறைக்கும் நவீன அகதிகளுக்கும் நிறைய ஒற்றுமைகளுண்டு.

அ) ஆவணங்கள் இல்லாமை.

ஆ) குறிப்பிட்ட இடத்தில் வாழ நிர்ப்பந்திக்கப்படுதல்.

இ) தனித்த அடையாளமிட்டு சிவில் சமூகத்திலிருந்து தனிமைப்படுத்துதல்.

ஈ) அடிப்படை மனித உரிமைகள் மறுக்கப்பட்டு சுதந்திரமான நடமாட்டத்தை மட்டுப்படுத்துதல்.

உ) உயிர் வாழ அனுமதித்து உடலுழைப்பாளர்களாகவே வைத்திருத்தல்.

போன்றவற்றை முக்கியமாகக் குறிப்பிடலாம்.

இரண்டாம் உலகப்போருக்குப்பின் மேற்கத்திய நாடுகளில் போர் நிகழ்ந்ததில்லை. ஆனால் அரபு நாடுகளிலும் ஆபிரிக்க நாடுகளிலும் போர்கள் நடந்துகொண்டுதானிருக்கின்றன. மேற்கத்திய நாடுகள் போர்கள் காரணமாக உருவாகும் அகதிகளைக் கொண்டு தங்கள் நாட்டின் உடல் உழைப்புக்கும் கீழ்நிலைப்பணிக்கும் தேவையான மனிதவளத்தைப் பூர்த்திசெய்து கொள்கின்றன. தங்கள் நாட்டிற்கான பணியாளர்கள் போதுமென்ற நிலையில் அகதிகள் சட்டத்தில் கையொப்பமிட்டிருந்தாலும் பாதுகாப்புக் காரணங்களைக் கூறி நிராகரிக்கின்றன மேற்கு நாடுகள்.

எளியவர்கள் இவ்வுலகில் உயிர்பிழைத்திருப்பதே சவாலானது தான். உலகமயமாக்கல் வந்து சாதியத்தைச் சற்றுச் சிதைத்திருக்கிறது என்று சொல்வதுபோல், நவீனம் என்பது அடிமைமுறையிலிருந்து மீட்டு அகதி என்ற போர்வையில் உடலுழைப்பாளர்களை உருவாக்கியிருக்கிறது. இது மேற்குலக நாடுகளில் நடக்கும் நிகழ்வாக இருக்கும் நிலையில் வளர்ந்துவரும் நாடுகள் அகதிகள் விடயத்தில் திண்டாடுகின்றன. மேற்குலகம் தன் தேவைபோக நிராகரிக்கும் அகதிகளை எதிர்கொள்வது வளரும் நாடுகள்தான். வளரும் நாடுகளுக்கு உடலுழைப்பாளர்கள் தன் நாட்டிலேயே இருப்பதால் வெளியே இருந்துவரும் உடலுழைப்பாளர்கள்

தேவையில்லை. ஆகையால் அகதிகள் வளரும் நாடுகளுக்குச் சுமையாக இருக்கிறார்கள். வளரும் நாடுகளுக்கு வேறுவழியின்றி வரும் அகதிகளின் நிலை பரிதாபமானது.

உலக நாடுகள் இரண்டாம் உலகப்போர் முடிந்ததும் (1939 – 1945) ஐநா சபை மூலமாக அகதிகள் உரையாடலை ஆரம்பித்து சட்டமும் இயற்றியது. ஆனால் காலனிய நாடுகளாக இருந்து சுதந்திரம்பெற்ற வளரும் நாடுகள், குறிப்பாக இந்தியா, அகதிகள் குறித்து நிலையான முடிவில்லாமலே இருக்கிறது. இந்தியா பெரும் தேசமாகவும் மக்கள் தொகை அதிகம்கொண்ட நாடாகவும் இருக்கிறது, சுற்றியுள்ள நாட்டு அகதிகளை தொடர்ந்து எதிர்கொள்கிறது. அதனாலேயே அகதிகள் தற்காலிகமாக வாழ மட்டுமே இந்தியா அனுமதிக்கிறது. மக்கள் தொகை அதிகம் கொண்ட இந்தியாவுக்கு உடலுழைப்பாளர்கள் வெளியே இருந்து வரவேண்டிய தேவயில்லை. அதேவேளை இந்தியச் சமூகம் செயற்கையாக இடம்பெயர்ந்த அனுபவமில்லாததால் அகதிகள் குறித்த விழிப்புணர்வு மேற்குலகமளவுக்கு இங்கில்லை.

உலகத்தில் அகதிகள் உருவாவதைத் தடுத்துநிறுத்த வேண்டுமானால் போர் நடைபெறாமல் தடுக்க வேண்டும். இனிமேல் அது சாத்தியமில்லை.

உலகில் போர் குறித்த உரையாடல் இருப்பதுபோல் மனித உரிமைகள் குறித்த உரையாடல், மரணதண்டனைக்கு எதிரான குரல் ஒலிப்பதுபோல், அகதிகள் குறித்த உரையாடலும் உலகப் பொதுவானது. இவற்றை மனிதநேய, ஜனநாயக சக்திகள் தொடர்ந்து அழுத்திப் பேசிக்கொண்டேயிருப்பது சாத்தியமானதும்தான்; நம்பிக்கையானதும்தான்.

உதவிய நூல்கள்

'புறநானூறு மூலமும் உரையும்'

'தமிழகத்தில் அடிமைமுறை' ஆ. சிவசுப்பிரமணியன் காலச்சுவடு பதிப்பகம்

'அடித்தள மக்கள் வரலாறு' ஆ. சிவசுப்பிரமணியன் 'NCBH'

'சங்க இலக்கியம்; சமயம், வழிபாடு, அரசு, சமூகம்' முனைவர் அ. பாண்டுரங்கன் 'NCBH'

'தமிழ் இலக்கியத்தில் புலம்பெயர்வு' முனைவர். சுபாஸ் 'அன்னம்' பதிப்பகம்

போரும் அகதிகளும்

இலங்கையில் எப்படிப் போர் உருவானது? இந்தக் கேள்வி முடிவற்ற விவாதத்துக்குரியதாக ஒன்றாக மாறும்; போரில் நேரடித்தொடர்புடைய இரு தரப்பாரும் ஒருவரையொருவர் கைகாட்டலாம். ஆனால் காரணம் என்னவாக இருந்தாலும் முப்பதாண்டுகளுக்கு மேலாக போர் நடந்து 2009இல் பெரும் அழிவுடன் முடிந்திருக்கிறது.

ஈழப்போரிலும் – நேரடிக்காரணமானவர்களைத் தவிர்த்து – அகதிகள் பிரச்சனையிலும் இந்தியா தொடர்புடையது. இலங்கைத்தீவுக்கு அருகில் தமிழகம் இருப்பதால், போர்க் காலங்களில் அகதிகள் தமிழகம் நோக்கி வந்தார்கள். 1983 முதல் 2006 வரை மூன்று இலட்சத்திற்கும் அதிகமான மக்கள் இந்தியாவுக்கு வந்திருக்கிறார்கள். அவ்வாறு வந்தவர்களில் முறையாகத் தாயகம் திரும்பியவர்கள், முறையற்றுத் தாயகம் திரும்பியவர்கள், வெளிநாடு களுக்குச் சென்றவர்கள் போக இன்று தமிழகத்தில் எஞ்சியிருப்பவர்கள் (முகாம்களில் 62,000க்கு அதிகமாகவே முகாமுக்கு வெளியே 30,000க்கு அதிகமானவரும்) சுமார் ஒரு இலட்சம் பேர்.

2009இல் போர் முடிந்து எட்டாண்டுகள் ஆகியும் எஞ்சிய அகதிகள் குறித்து அரசுகள் கவனத்தில் கொள்ளவில்லை. இன்று தமிழகத்தில் வாழும் அகதிகளில் 28,000க்கும் மேற்பட்டவர்கள் மலையக மக்கள். அவர்கள் போர் காரணமாக இலங்கை யிலிருந்து அகதியாகத் தமிழகம் வந்தவர்கள். அவர் களில் பெரும்பாலனவர்களுக்கு இலங்கையில்

தொ. பத்தினாதன்

சொத்துகள் எதுவும் இல்லையென்றாலும் அவர்கள் இலங்கைக் குடிமக்கள்.

போர் முடிவுக்கு வந்தபின் இலங்கைக் குடிமக்கள் அண்டை நாட்டில் அகதியாக வாழ்கிறார்கள். அவர்களைச் சொந்தத் தாய்நாட்டிற்கு வரவழைத்து மறுவாழ்வு அளிக்கவேண்டிய பொறுப்பு இலங்கை அரசுக்குரியது. போர் முடிந்துவிட்டது, எல்லாம் சரியாகிவிட்டது என்றும் தன் நாட்டு மக்கள் அண்டை நாட்டில் அகதியாக வாழ்கிறார்கள் என்பதைத் தந்திரமாக மூடி மறைக்கிறது இலங்கை அரசு.

ஈழ அகதிகள் பிரச்சனையில் இந்தியாவைப் பொறுத்த வரை, அகதிகள் குறித்த முடிவுகளுக்கு எந்த அரசியல் முக்கியத் துவமும் தற்போதைய நிலையில் இல்லை என்பதாலும், மிகக்குறைந்த எண்ணிக்கையில் அகதிகள் இருப்பதாலும், குறிப்பாக அகதிகளால் எந்தப் பிரச்சனையும் இந்தியப் பெருந்தேசத்திற்கு இல்லை என்பதாலும், கண்டுகொள்ளாமல் விட்டிருக்கிறது. அகதிகள் தாமாகவே நாடு திரும்பட்டும் என்று நினைக்கிறது. தமிழக அரசு அகதிகள் விடயத்தில் முடிவுகள் எடுக்கமுடியாது. அகதிகள் பிரச்சனை மத்திய அரசினுடையது. தமிழக அரசு அகதிகளைப் பாதுகாக்கவும் பராமரிக்கவும் மட்டுமே முடியும். ஆனாலும் தேர்தல் காலங்களிலும் அரசியல் சூழலுக்கு ஏற்பவும் அவ்வப்போது மாநிலஅரசு பேசியிருக்கிறது. கடந்த தேர்தலின்போது ஜெயலலிதா அகதிகளுக்கு இரட்டைக் குடியுரிமை வாங்கிக் கொடுப்பேன் என்று தேர்தல் வாக்குறுதியை அளித்தார். அவர் தற்போது இல்லை. அவர் இருந்திருந்தால் தாமதமாக என்றாலும் விடிவு கிடைக்க வாய்ப்பிருந்திருந் திருக்கலாம்.

தற்காலிகமாக வாழ அனுமதிக்கப்பட்ட அகதிகளுக்கும் தமிழக சமூகநலத்திட்டங்களை விரிவுபடுத்தின திராவிட கட்சிகள். அவை குடியிருப்புகள், அடிப்படை வசதிகள் விடயத்தில் அக்கறையற்றுச் செயல்பட்டன.

ஆனால் அகதிகள் தொடர் கண்காணிப்பிற்குட்பட்டதுக்கு என்ன காரணம் என்பதை ஆராய வேண்டும். அதற்குத் தமிழக இந்திய அரசை மட்டும் குறைகூறுவது சரியானதல்ல.

இலங்கை அரசு, இந்திய அரசு, தமிழக அரசு ஆகியவற்றின் அகதிகள் நிலைப்பாடு இவ்வாறு இருந்திருக்கிறது. இது காலத்துக்குக் காலம் மாறுபட்டுமிருக்கிறது. ஆனால் இலங்கை அரசுடன் நேரடிப்போரில் ஈடுபட்ட தமிழர் தரப்பினர் அகதி களின் விடயத்தில் என்ன நிலைப்பாட்டில் இருந்தார்கள்?

அகதிகளை அவர்கள் புறக்கணித்துவிட்டார்கள் என்றே சொல்லத் தோன்றுகிறது.

1983ஆம் ஆண்டு அகதிகள் தமிழகம் வந்தார்கள். இந்திய இராணுவம் இலங்கை சென்றதுடன் அவர்களும் தாயகம் திரும்பினார்கள். இந்திய இராணுவம் இலங்கையிலிருந்து வெளியேறியதும் 1990இன் நடுப்பகுதியில் யாழ்கோட்டையில் இரண்டாம் கட்டப் போர் ஆரம்பமானது. அதைத்தொடர்ந்து முன்பைவிட பெருவாரியான அகதிகள் தமிழகம் வர ஆரம்பித்தார்கள். இலங்கையின் கிழக்குப் பகுதியிலிருந்தும் அகதிகள் வந்திருந்தாலும் அதிகமாக வடபகுதியிலிருந்துதான் அகதிகள் வந்தார்கள். அந்தக் காலகட்டத்தில் புலிகளின் அதிகாரம் தமிழர்பகுதியில் கணிசமாக இருந்தது. இலங்கை அரசு அகதிகள் வெளியேறுவதை விரும்பவில்லை. கடலில் அகதிகள் வந்த படகுகளை மூழ்கடித்தது. ஆனால் புலிகள் அமைப்பு அகதிகள் இந்தியா நோக்கிப் போவதைத் தடுக்கவில்லை. புலிகள் நினைத்திருந்தால் 99% அகதிகள் தமிழகம் வரவிடாமல் தடுத்திருக்க முடியும்

அதேவேளை, இந்தியா அரசியல் காரணத்திற்காகவோ, மனிதாபிமான அடிப்படையிலோ அகதிகளுக்கு அடைக்கலம் கொடுத்தது. நடுக்கடலில் தத்தளித்த அகதிகளையும் காப்பாற்றி யிருக்கிறது. இந்தியாவின் தாராள மனப்பான்மைக்கும் காரணங்கள் இருக்கலாம்; புலிகள் அகதிகளைத் தடுக்காமல் இருந்தமைக்கும் காரணங்கள் இருக்கலாம். ஆனால் அகதிகளாக வந்தவர்களுக்கு உயிர்ப்பாதுகாப்பைத் தவிர வேறு காரணங்கள் இருக்கவில்லை.

அகதிகள் வெளியேறுவதை விரும்பாத இலங்கை அரசு அகதிகள் பற்றி அக்கறை காட்டாதது ஆச்சரியமானது இல்லை. ஒருவகையில் அகதிகள் இந்தியா செல்வதை விரும்பிய புலிகள் தமிழகம் வாழ் அகதிகள் பற்றி அக்கறைகொண்டதாகவோ, பேசியதாகவோ தகவல்கள் இல்லை. இந்தியா தவிர்த்து மேற்கத்திய நாடுகளுக்குப் புலம்பெயர்ந்தவர்களிடம் புலிகள் காட்டிய நெருக்கமளவுக்கு, தமிழக அகதிகள் பற்றிப் பெருத்த மௌனமே இருந்தது. அதற்குக் காரணங்களும் இருந்தன.

மேற்கத்திய நாடுகளுக்கு அகதியாகப் புலம்பெயர்ந்த பெரும்பாலோர் படித்த பொருளாதாரமுள்ள மேல்தட்டு மக்கள். அவர்களிடமிருந்துதான் போரை நடத்துவதற்கான பொருளாதார வளத்தைப் புலிகள் பெற்றுக்கொண்டார்கள்.

தமிழகம் வந்தடைந்தவர்கள் பெரும்பாலானவர்கள்; படிக்காதவர்கள், பொருளாதாரத்தில் பின்தங்கியவர்கள்,

கீழ்த்தட்டு மக்கள். அதேபோல் 1991 நடந்த இராஜிவ்காந்தி படுகொலை, ஒட்டுமொத்த ஈழத்தமிழர்களுக்குமே சாபக்கேடாக அமைந்தது. இதனால் வெளிப்படையான புலிகளின் தமிழக இந்தியத் தொடர்புகள் அனைத்தும் துண்டிக்கப்பட்டன.

அதே படுகொலைதான் அகதிகளின் குரல்வளையை மூச்சுமுட்டுமளவுக்கு நெரிக்கவும் செய்தது. சூளைமேடு துப்பாக்கிச் சூடு சம்பவம், பாண்டிபஜார் துப்பாக்கிச் சூடு சம்பவத்தின் தொடர்ச்சியாகவும், உச்சமாகவும் ராஜீவ் படுகொலை நிகழ்ந்தது. தொடர்ச்சியாக அகதிகள் போர்வையில் ஆயுதக்கலாச்சாரம் தமிழகத்தில் இந்தியாவில் இனிமேலும் நடந்துவிடக்கூடாது என்பதில் இந்திய அரசு கவனம் செலுத்தியது. அகதிகள் முகாம்களுக்குள் முடக்கப்பட்டார்கள்.

இந்தியா இயக்கங்களுக்குப் பயிற்சி கொடுத்தமை, இந்திய இராணுவம் இலங்கை சென்றமை, ராஜீவ் காந்தி கொல்லப்பட்டமை போன்ற விடயங்கள் முடிவில்லாததாகத் தொடர்கின்றன. அது சரியா, தவறா, என்பதல்ல இக்கட்டுரையின் மையம். இலங்கைப் போரைத் தொடர்ந்து அந்தந்தக் காலகட்டங்களில் நடந்த நிகழ்வுகள் அகதிகளை எவ்வாறு பாதித்திருக்கின்றன என்பதே இதன் சாரம்.

புலிகள் தமிழக அகதிகள் பற்றி எப்போதாவது பேசியிருக் கிறார்களா என்று இலங்கையிலுள்ள எழுத்தாளரிடம் கேட்டேன்.

"அவர்கள் சாதிகுறித்து எப்படி வெளிப்படையாகப் பேசவில்லையோ அதுபோல் அகதிகள் பற்றியும் எதுவும் பேச வில்லை. தமிழக அகதிகள் தாயகம் திரும்பினால் அதனூடாக இந்தியப் புலனாய்வுப்பிரிவு உள்ளே வந்துவிடுவார்கள் என்ற அச்சம் அவர்களுக்கு இருந்தது.

ஒரு தலைவர் தமது மக்கள் குறித்துக் கவலைப்படுவதாக இருந்தால் அந்த மக்களின் நல்வாழ்விற்கும் எதிர்காலத்திற்கும் என்ன செய்திருக்கிறார் என்று பார்க்க வேண்டும். அதுதான் முக்கியம்" என்றார்.

அதே கேள்வியை வேறு ஒரு எழுத்தாளரிடம் கேட்டேன்.

"அகதிகளை அனுப்புவதில் மனிதாபிமானத்துடன் நடந்து கொண்டார்கள். கடலில் பாதுகாப்பெல்லாம் கொடுத்தார்கள். அகதிகள்மீது அதிக ஈடுபாடு காட்டினால் அகதிகளுக்குப் பிரச்சனை வரலாம் என்பதால் பேசாமல் இருந்திருக்கலாம். அல்லது தமிழக அகதிகளால் இனிமேல் எந்தப் பிரயோசனமும் இல்லை என்றும் நினைத்திருக்கலாம்.

2002இல் தாயகம் திரும்பிய அகதிகளால் எயிட்ஸ் பரவுகிறது என்று விழிப்புணர்வு முகாமொன்றை புலிகளின் மருத்துவப்பிரிவு நடத்தியது" என்றார். புலிகள் மட்டுமில்லை புலி ஆதரவு எழுத்தாளர்களும் அகதிகள் பற்றிப் பேசியதாகத் தெரியவில்லை.

பிரயோசனம் இல்லாத எயிட்ஸ் நோயாளிகளைப் போர்க்களத்தில் வைத்துக்கொண்டு அவர்கள் என்ன செய்ய முடியும்?

அகதிகள் போர்வையில் புலிகள் இந்தியாவுக்குள் வந்துவிடக் கூடாதென்று இந்தியா நினைத்ததுபோல் தாயகம் திரும்பிய அகதிகளோடு இந்திய புலனாய்வுத்துறை வந்துவிடக்கூடாது என்று புலிகளும் மருத்துவ முகாம் என்ற போர்வையில் ஆய்வு செய்திருக்கக்கூடும்.

மதுரை காமராஜர் பல்கழைக்கழகப் பேராசிரியர் பாலசுப்ரமணியத்திடம் பேசும்போது இவ்வாறு குறிப்பிட்டார்.

"ஒரு கொலை நடந்தால் கொலை செய்தவரை சட்டப்படி தண்டிகிறது சட்டம். அதேவேளை கொலை செய்யப்பட்டவரின் குடும்பம்பற்றி எவரும் பேசுவதுகூட இல்லை" என்றார். அதுபோல் போர்பற்றி பேசிய நாம் அந்தப் போரால் பாதிக்கப்பட்ட அகதிகள் பற்றிச் சிறிதும் பேசுவதில்லை.

2009 போர் முடிவுக்குப்பின் ஜனநாயக முறைப்படி வடக்கில் அரசு இருக்கிறது; முதல்வரும் இருக்கிறார்; இலங்கையின் எதிர்கட்சித்தலைவராக ஒரு தமிழர் இருக்கிறார். இவர்கள் அகதிகள்பற்றிப் பேசியிருக்கிறார்களா? போருக்குப் பின்னர் இலங்கைத்தமிழர் எதிர்கொள்ளும் பிரச்சனைகள் இருக்கிறது. அரசியல் நெருக்கடிகள் இருக்கிறது. அவ்வாறிருந்தும் வடக்கு மாகாண முதல்வர் அகதிகள் குறித்து அவ்வப்போது பேசியிருந் தாலும் போதியளவு அரசுகளுக்கு அழுத்தம் கொடுக்கவில்லை. வடக்கு முதல்வர் அகதிகள் பிரச்சனையைக் கவனத்தில் கொள்ளவில்லை. போர் முடிந்து பத்தாண்டுகளை நெருங்கிக் கொண்டிருக்கும் வேளையில் இவர்களும் புலிகளின் வழியைப் பின்பற்றுவார்களேயானால் தமிழக அகதி மக்களின் நிலை என்ன?

அகதி அரசியல் - அரசியல் அகதிகள்

ஈழத்தமிழர் - போராட்ட வரலாற்றில் தமிழ்நாட்டுக்கு முக்கியப் பங்களிப்புகள் உள்ளன. தட்டையாக, நெட்டையாக, குட்டையாகப் பல பரிமாணங்களும் உடையன தமிழகப் போராட்டங்கள். அதேபோல் கறுப்பு - வெள்ளை என்று மட்டுமல்லாது பல வர்ணங்களையும் கொண்டது அது.

இத் தொடர் போராட்டங்களை அவதானிக்கும் போது ஒரு விடயம் தெள்ளத்தெளிவாகத் தென்படுகிறது; ஈழத்தமிழருக்காகத் தமிழகத்தில் ஆரம்பிக்கப்பட்ட அரசியல் கட்சிகளின் போராட்டங்களால் ஈழத்தமிழருக்குக் கிடைத்த நன்மைகளைவிடப் போராட்டத்தை முன்னின்று நடத்தியவர்களுக்குத்தான் பல நன்மைகள் கிடைத்துள்ளன.

விதிவிலக்காக எங்கேனும் ஈழத் தமிழருக்கு நன்மைகள் ஏற்படுமாக இருந்தால் அது உலக அதிசயம். ஏற்ற இறக்கத்துடன் வண்டிவண்டியாக எவ்வளவு உயிர்களைக்கொடுத்துப் போராடினாலும் அரசுகள் நினைத்ததுதான் ஈழத்தில் நடந்திருக்கிறது. இந்நிகழ்வுகளின் தொடர் கதையாக நவம்பர் நான்காம் தேதி *தி இந்து* குழுமம் நடத்திய 'அகதிகளின் எதிர்காலம்' கருத்தரங்கில் எம்.கே. நாராயணன் தாக்கப்பட்டார். இது யாருக்காக நடத்தப்பட்ட நிகழ்ச்சி என்பதைவிட யார் நடத்துகிறார்கள் என்பதுதான் முக்கியமாகக் கவனிக்கப்பட்டிருக்கிறது.

இன்னாரால் இவ்வளவுபேர் இறந்திருக்கிறார்கள் என்ற உணர்வுபூர்வ மனநிலை, பாதிக்கப்பட்ட வர்களின் மனநிலையைப் பிரதிபலிக்கும் அதேவேளை, லட்சம்பேர் (தமிழகம்வாழ் ஈழ அகதிகள்) தொடர் பாதிப்புக்குள்ளாகியிருக்கிறார்கள் என்பது முற்றிலுமாக இருட்டடிப்புச் செய்யப்பட்டிருக்கிறது. தொடர்ந்து தமிழ்த் தேசியர்கள் இவ்வாறான வழிமுறைகளில்தான் அகதி களைப் புறக்கணித்து வந்திருக்கிறார்கள்.

அகதிகள் குறித்த கருத்தரங்கை நடத்தியவர்களுக்கு நற்சான்று வழங்குவது இக்கட்டுரையின் நோக்கமல்ல. அவர் களின் கடந்தகால நிகழ்வுகளை நாம் புரிந்துகொள்ளாமல் இல்லை. அவர்கள் விமர்சனத்திற்கும் கண்டனத்திற்கும் அப்பாற் பட்டவர்கள் அல்லர். பாதிக்கப்பட்டுக்கொண்டிருக்கும் லட்சம் அகதிகளின் மனநிலையைப் புறக்கணிக்கக்கூடாது என்ற கோணத்தில் இப்பிரச்சனையை அணுக வேண்டும்.

கொலைகாரர்களும் கொலைக்குத் துணைபோனவர்களும் கொள்கை வகுப்பதா என்ற உணர்வுபூர்வமான கேள்வி ஒருபுறமிருக்க, அவர்கள் செய்யக்கூடாது என்றால் அவர்களை எதிர்க்கிற நீங்கள் செய்திருக்கலாமே. அறிவுபூர்வமாக ‘அகதிகளின் எதிர்காலம்’ என்ற தலைப்பில் ஒரு கருத்தரங்கை நடத்தி தீர்மானம் உருவாக்கி மாநில அரசு மூலமாக மத்திய அரசை அணுகி அழுத்தம் கொடுத்திருக்கலாமே. போராட்டங்களைச் செய்கிற உணர்வாளர்கள் அகதிகளுக்கான ஆக்கப்பூர்வமான மீள்வாழ்வை ஏன் இத்தனை ஆண்டுகளில் உருவாக்க முன்வரவில்லை?

ஈழத்தமிழ் அகதிகளின் வாழ்நிலை, மனநிலைகுறித்து ஆக்கபூர்வமான ஆய்வுகளோ அவற்றை அடிப்படையாக வைத்துப் போராட்டங்களோ விவாதங்களோ நடத்தப்பட்டிருக்கிறதா? இங்கு அறிவைவிட உணர்ச்சி மட்டுமே தொடர்ந்து செயல்பட் டிருக்கிறது. இந்த உணர்ச்சி காலத்திற்கும் நபர்களுக்கும் ஏற்பத்தான் வெளிப்பட்டிருக்கிறது.

கூடிநின்று கோஷம்போடுவதால் என்ன நிகழ்ந்தது? உணர்வெழுச்சியின் உச்சம் 2009; அப்போதே எதுவும் நடந்து விடாதபோது இனிமேல் என்னதான் நடந்துவிடப்போகிறது? ஈழத்தமிழர்களை முன்வைத்து நிகழ்த்தப்பட்ட / படுகிற தமிழகப் போராட்டங்களைத் தொடர்ந்து அவதானிக்கும்போது பார்ப்பன எதிர்ப்பாளர்கள்தான் தொடர்ந்து ஈழத்தமிழர் ஆதரவுப் போராட்டங்களை நடத்தி வந்திருக்கிறார்கள். ஈழத்தமிழருக்கு ஆதரவாக பார்ப்பனர்கள் எத்தகைய போராட்டங்களை முன்னெடுத்தாலும் அது பார்ப்பன எதிர்ப்பாளர்களால் எதிர்க்கப் படுவதும் விமர்சிக்கப்படுவதும் தொடர்ந்து நடந்துவருவது

கவனிக்கத்தக்கது. தாங்கள் மட்டும்தான் ஈழத்தவர்களுக்கு ஆதரவு என்று யார் இவர்களுக்குப் பட்டா போட்டுக் கொடுத்தது?

நவம்பர் நான்காம் தேதி சென்னையில் நடந்த ஒட்டுமொத்த நிகழ்வைக் கவனிக்கும்போது, ஈழத்தமிழர் விவகாரம் எந்த அளவுக்கு உணர்வுபூர்வமாக அணுகப்பட்டதோ அதே அளவு பார்ப்பன எதிர்ப்பு என்ற அரசியல் சார்ந்தும் வெளிப்பட்டிருக்கிறது. ஆக இவர்களின் தொடர்ச்சியான நிகழ்வான உள்ளூர் பார்ப்பன எதிர்ப்பு அரசியலுக்கு ஈழத்தமிழ் அகதிகளை ஏன் பலிகடா ஆக்குகிறார்கள் என்று கேட்பது நியாயம்தானே?

உள்ளூரில் அரசியல் செய்யவும் அரசியல் கருத்துகளைக் காப்பாற்றிக்கொள்ளவும் ஈழத்தமிழர் இரத்தம்தான் வேண்டும். இவர்களால் எதிர்க்கப்படும் பார்ப்பனரும் யாழ்ப்பாணத்து வேளாளரும் பண்பளவில் அண்ணன், தம்பி போன்றவர்கள். இங்குள்ள பார்ப்பனரை எதிர்ப்பவர்களின் யாழ்ப்பாணத்துச் சைவ வேளாளர்கள் பற்றிய நிலைப்பாடுதான் என்ன? தி இந்து நிகழ்வில் கலந்துகொண்ட சைவ வேளாளரான சந்திரஹாசன் பற்றி வாய்திறக்காத மர்மம்தான் என்ன?

இன்னுமொரு கேள்வியும் உண்டு; அகதிகள் குறித்த இதே நிகழ்வைப் பார்ப்பனர்கள் நடத்தாமல் அதிகாரம்பெற்ற வலிமையான தமிழக இடைநிலைச் சாதிகளைச் சேர்ந்தவர்கள் நடத்தியிருந்தால் அவர்களுக்கு எதிராகக் களத்தில் இறங்குவீர்களா? ஆக, யாருக்காக என்ன பேசுகிறார்கள் என்பதைவிட யார் பேசுகிறார்கள் என்பது மட்டும்தான் கவனத்தில் கொள்ளப்படுகிறது. பாதிக்கப்பட்ட ஈழத்தமிழரின் மனநிலை ஊடாகப் சாதிப்பகைதான் வெளிப்பட்டுக் கொண்டிருக்கிறது என்ற முடிவுதவிர வேறு முடிவுகளுக்கு வரமுடியவில்லை. 'ஈழத்தமிழர் நலனுக்காக' என்பது வெற்று வேஷம். இந்தியநலனுக்காக ஒட்டுமொத்த ஈழத்தமிழர்களும் பலியாடுகள் என்றால் தமிழத்தில் உள்ளவர்களின் சாதிய மனநிலைக்குப் பலியாடுகள் ஒரு லட்சம் ஈழ அகதிகள்.

பார்ப்பன எதிர்ப்பாளர்களாக இருக்கும் இவர்கள் பூர்வீகத் தமிழர்களை அதிகாரம் செய்யும் யாழ்ப்பாணத்துச் சைவ வேளாளர்களை விமர்சனமின்றி ஆதரிப்பதும் அவர்களுக்காகப் போராடுவதும் முரண் இல்லையா? தமிழக தொப்புள்கொடி உறவுகளான (மலையகமக்கள்) இந்திய வம்சாவளித் தமிழர்களைத் தோட்டக்காட்டான், கள்ளத்தோணி என்று ஒதுக்கியவர்கள் இந்த யாழ்ப்பாணத்துச் சாதியவாதிகள். இந்த யாழ்ப்பாணத்து வேளாளர்களைப் போராட்டக்காரர்கள் ஆதரிப்பதில் முரண் ஏதும் இல்லை. மலையகத் தமிழர்களுக்காக குரல்

கொடுத்ததில்லை; அவர்களில் பெரும்பான்மையினர் தலித்துகள் என்பதாலா? மலையக மக்களுக்குப் பிரச்சனை வந்தபோது சைவ வேளாளர்கள் அவர்களைக் கண்டுகொள்ளாமல் இருந்ததுக்கு முக்கிய காரணம் சாதி.

அதுபோல் இன்று தமிழகத்திலுள்ள அகதிகள் கேட்பாரற்று இருப்பதற்கும் முக்கிய காரணம் சாதி. ஆக, இங்கு இனம் – மொழி என்பது வெற்றுக் கோஷம்; சாதிப் பெரும்பான்மைதான் எல்லாவற்றையும் தீர்மானிக்கிறது.

பார்ப்பனர்களுக்கு எதிராகக் கிளம்பிய பெரியார் யாழ்ப்பாணத்து சைவ வேளாளரை எதிர்க்கவில்லையா? பெரியார் பார்ப்பனர்களுக்கு எதிராகப் பேசியதை மட்டும் கூறும் இவர்கள் அவர் பேசியதை எல்லாம் நினைவில் நிறுத்தியுள்ளார்களா? விமர்சனப் பண்புடனேயே நிலவும் அமைப்புக்குள் இப்போதைக்கு எது சாத்தியமோ அதை அகதிகளை நோக்கித் திருப்ப வேண்டிய நிலை இருக்கிறது. அதை அகதிகள் புரிந்துகொள்ளுமளவுக்கு இங்கிருப்போர் புரிந்துகொள்வதில்லை. பாஜக ஆட்சிக்கு வந்தது தமிழக அகதிகளை இலங்கைக்கு திருப்பி அனுப்புவது தொடர்பாக இந்திய வெளியுறவு அமைச்சக ஆலோசனைக் கூட்டத்தில் கலந்துகொள்ள தமிழக அரசு சார்பாக ஒருவரை நியமிக்கும்படி மத்திய அரசு கேட்டது; அதற்குத் தமிழக அரசு வடக்கு கிழக்கில் நிலைமை சீராகவில்லை என்று காரணம்காட்டிப் பேச்சுவார்த்தையை ஒத்திவைக்கும்படி கேட்டுக்கொண்டது. காரணம் அப்போது தமிழகஅரசு புலனாய்வுத்துறைமூலம் முகாமை ஆய்வு செய்தது; பெரும்பாலானவர்கள் இலங்கை செல்ல விருப்பம் தெரிவிக்கவில்லை.

அதற்குக் காரணம் மைத்திரிபால சிறிசேன அப்போதுதான் அதிபராகி இருந்தார். அடுத்துப் பிரதமர் தேர்தல் நடக்க இருந்தது.

தற்போது இலங்கையில் தேனும் பாலும் ஓடவில்லை. ஆனாலும் கால்நூற்றாண்டு கடந்தநிலையில் இனிமேல் இலங்கையில் எந்தப் பெரிய மாற்றமும் ஏற்படப்போவதாகத் தெரியவில்லை. இங்கு இந்த வதைமுகாம்களில் கிடந்து வாடுவதைவிட நாட்டுக்குத் திரும்பலாம் என்ற மனநிலை பெரும்பாலான அகதிகளுக்கு வர ஆரம்பித்திருக்கிறது.

ஆனால் வெறுங்கையோடு போகமுடியாது என்பதுதான் அகதிகளுக்கு இன்று நாடுதிரும்பப் பெரும் தடையாக இருக்கிறது. இத்தனை ஆண்டுகாலம் இங்கு வாழ்ந்தவர்களுக்குப் பிள்ளைகளின் கல்வி தொடங்கி பல நடை முறைசார்ந்த சிக்கல்கள் இருக்கின்றன.

இன்று UNHCR இல் ஊருக்குப் போகப் பதிவுசெய்தால் வீடுவரை அவர்கள் செலவில் கொண்டு போய்விடுவார்கள். அதற்கு அங்கு வீடு இருக்க வேண்டுமல்லவா? விமானத்தில் ஒரு நபருக்கு அதிக பட்சமாக 30 கிலோவரைதான் கொண்டுசெல்ல அனுமதியுண்டு. போட்டிருக்கிற துணிமணிகளுடன் ஊரில்போய் அவர்கள் என்ன செய்வது? சமைத்துச் சாப்பிட பாத்திரம்கூடக் கொண்டு செல்லமுடியாத நிலை. தனிநபர்கள் குடும்பமான நிலையில் எங்கு போகமுடியும்? "15 வயதில் ஊரிலிருந்து வந்தேன். இன்றைக்கு 40 வயது; குடும்பம் இருக்கிறது. வரும்போது இருந்த அம்மாவும் இல்லை, நான் எங்கு போவேன்" என்கிறார் நண்பரொருவர்.

மத்திய மாநில அரசுகள் மட்டுமின்றி இலங்கை அரசும் சேர்ந்துதான் இங்குள்ள அகதிகளுக்குக் குறைந்தபட்ச நம்பிக்கையையும் வாழ்க்கையையும் ஏற்படுத்தமுடியும். அதுதவிர்த்து எந்தக் கட்சியாலும் அமைப்பாலும் எதுவும் செய்துவிடமுடியாது. ஆனால் தொடர் கண்காணிப்புடன் இந்தியா தமிழக அரசுக்கு அழுத்தம் தருவதும் இப்போதைக்கு அகதிகளுக்கு செய்யும் பேருதவி.

ஐரோப்பாவிலுள்ளவர்கள் சுதந்திரமாக, பாதுகாப்பாக இருக்கிறார்கள். இவர்கள்போல் அகதிகளால் சுதந்திரமாகப் பேசவே முடியாது என்பது கவனிக்கப்பட வேண்டும். கருத்தரங் கிற்கு அழைக்கப்பட்ட சந்திரஹாசனையே சுதந்திரமாகப் பேச அனுமதிக்கவில்லை என்பது நிகழ்வை நேரில் பார்த்தவர்கள் அறிவார்கள். மத்திய அரசு நிலைப்பாட்டின் வேறு ஒரு வடிவம்தான் அன்றைய நிகழ்வு. இந்த நிகழ்வு அகதிகளுக்குச் சாதகமாக அமையுமா என்று அறிவுஜீவிகள் ஆய்வுசெய்வது அகதிகளுக்குச் செய்யும் பேருதவி.

உணர்வுபூர்வமான எந்த நிகழ்வும் பலனைத் தராது. அது மேலும் சிக்கலை உருவாக்கும்; வாய்பேச முடியாமல் வாழவும் முடியாமல் ஊருக்குச் செல்லவும் முடியாமல் இக்கட்டில் நிற்கும் அகதிகளை வைத்து நடக்கும் நிகழ்வுகளை ஒரு அகதியான என்னால் ஏற்கமுடியவில்லை. இந்த 'அகதி' என்ற அவப் பெயரிலிருந்தும் அகதிமுகாம் வாழ்க்கையிலிருந்தும் விடுபடத் துடிக்கும் அகதிகளுக்கு யார் நல்லது செய்தால் என்ன? நல்லது நடந்தால் அந்தச் சமூகம் விழிப்புப் பெற உதவியாகவே இருக்கும்.

காலச்சுவடு, டிசம்பர் 2015

அகதி முஸ்லிம்கள்

புலம்பெயர்ந்தவர்கள் மத்தியில் தங்கள் தாய்மொழி, சடங்குகள், கொண்டாட்டங்கள் போன்றதும் பண்பாட்டு அடையாளங்களைப் பேணவேண்டியதும் முக்கியமான சவாலாகவே உள்ளது. இதற்காக அவர்கள் தாய்மொழிவழிப் பள்ளிகள், பாரம்பரியக் கலைநிகழ்ச்சிகள் போன்ற பண்பாட்டு நிகழ்வுகளைத் தொடர்ந்து நடத்தி வருகின்றனர். ஆனால் புலம்பெயர்ந்து அந்நாட்டுக் குடிமக்களாகிவிட்ட இளைய தலைமுறையினரின் புழங்கு தளம், கல்வி, வேலைவாய்ப்பு போன்ற எல்லாமே பெரும்பான்மைச் சமூகத்துடனான தொடர்பால் தாய்மொழியையும் பண்பாட்டையும் பேணிக்காப்பதைப் பெரும் சுமையாக உணர்கிறார்கள். என்னதான் தமிழ்வழிப் பள்ளி நடத்தினாலும், வீட்டு உரையாடலுக்கு மட்டுமே அக்கல்வி உதவுகிறது. ஆனால், இந்தத் தலைமுறையினரும் கடந்த பின்பு இனிவரும் தலைமுறை பண்பாட்டு அம்சங்களைக் 'காக்குமா? காவு கொடுக்குமா' என்ற கேள்வியே முன்னெழுகிறது.

சிறு குழு, பெரும்பான்மைச் சமூகத்தின் மத்தியில் புலம்பெயர்ந்து வாழும்போது பெரும்பான்மைச் சமூகத்தின் அனைத்து வாழ்வியல் கூறுகளையும் உள்வாங்கிக்கொள்கிறது. இது தமிழ்நாட்டிலுள்ள அகதிகளுக்கும் பொருந்தக்கூடியதே.

தமிழகத் தமிழ்ச் சமூகம் எத்தகைய அசைவியக்கத்தில் நகர்கிறதோ அத்திசையில்தான் அகதி முகாம்களில் வாழும் அகதிகளும் வாழ

தொ. பத்தினாதன்

முற்படுகிறார்கள். என்னதான் இழுத்துஇழுத்துப் பிடித்தாலும் மாற்றம் பெரும்பான்மைச் சமூகத்தை நோக்கியே நகர்கிறது என்பதுதான் நிதர்சனம்.

1983ஆம் ஆண்டு இலங்கை இனக்கலவரத்தை ஒட்டி அகதிகளின் தமிழகப் புலப் பெயர்வு ஆரம்பமாகிறது; 1990களில் பெரும் எண்ணிக்கையில் அகதிகள் தமிழகம் வந்தார்கள்; அதன் தொடர்ச்சியாக, 107 முகாம்களில் கால்நூற்றாண்டைக் கடந்து அறுபதாயிரத்துச் சொச்சம் அகதிகள் நெருக்குதலுக்கும் கண்காணிப்பிற்கும் உட்பட்டு அவலமாக வாழ்கிறார்கள்; இது மௌனமாகக் கடந்துசென்ற பழைய கதைதான். ஆனால் இந்த அகதிகளுடன் இலங்கை வடக்குப் பகுதியிலிருந்து முஸ்லிம்களும் அகதிகளாக வந்திருக்கிறார்கள், இன்றும் அகதிகளாக வாழ்கிறார்கள் என்பதும் இத்தனை ஆண்டுகள் கவனிக்கப்படாமல் இருந்திருக்கிறார்கள் என்பதும் அறியப்படாத செய்தி.

ஆயுதப் போராட்டத்தின் ஆரம்பக் காலத்தில் முஸ்லிம் பொடியன்கள் இயக்கங்களில் இணைந்தார்கள். போர்க்களத்தில் மாண்டும் போனார்கள். பெரும்பான்மைத் தமிழ்ச் சமூகத்திற்குள் வாழ்ந்த சிறுபான்மை முஸ்லிம்கள் பெரும்பான்மையுடன் இசைந்து போராட்டத்தில் கலந்துகொண்டார்கள். அகதிகளின் தொடர்ச்சியான இடப்பெயர்வுடன் முஸ்லிம் மக்களும் அகதிகளாகத் தமிழகம் வந்தார்கள். புலிகள் வடக்கிலிருந்து முஸ்லிம்களை வெளியேற்றுவதற்கு முன்பாக இந்த இடப்பெயர்வு நிகழ்ந்திருக்கிறது.

தற்போது மண்டபம் அகதிகள் முகாமில் ஒரு குடும்பமும் ஒட்டன்சத்திரத்திலுள்ள முகாமில் ஒரு குடும்பமும் புதுக்கோட்டை மாவட்ட தோப்புக்கொல்லை முகாமில் ஒரு குடும்பமும் விருதுநகர் மாவட்டம் சிவகாசி வெம்பக்கோட்டையில் 11 குடும்பங்களும், அதிகபட்சமாக தூத்துக்குடி மாவட்டம் தாப்பாத்தி அகதிகள் முகாமில் 20 குடும்பங்களும் வாழ்கின்றன. அதேபோல், மதுரை மாவட்டம் உச்சப்பட்டி அகதிகள் முகாமில் ஒரு குடும்பத்தினர் இருந்தனர். ஆனால் இப்போது அவர்கள் ஊர் திரும்பிவிட்டார்கள். இதுபோல் வேறு முகாம்களில் ஒன்று இரண்டாக இருந்த முஸ்லிம் குடும்பங்கள் ஊர் திரும்பியிருக்கிறார்கள். தற்போது கிடைத்த தகவல்களின்படி, இன்று சுமார் முப்பது குடும்பங்களுக்கு மேல் வெவ்வேறு மாவட்ட முகாம்களில் அகதிகளாக வாழ்கிறார்கள். அதேபோல் இந்திய அகதி முகாம்களில் வசிக்கும் பெரும்பாலான முஸ்லிம்கள் மன்னார் மாவட்டம் பேசாலைப் பகுதியைச் சேர்ந்தவர்கள் என்று அறிய முடிகிறது.

ஏற்றுக்கொள்ளப்பட்ட ஜனநாயக முறையில் இங்கு எல்லா வற்றையும் விவாதிக்க முடியாத சுதந்திரம் அற்ற நிலை இன்றும் தொடர்கிறது. அகதிகள் பற்றி எந்தத் தரவுகளையும் புள்ளி விபரங்களையும் அரசிடமிருந்து எவருமே பெறமுடியாத நிலையும் இருக்கிறது. மூடுமந்திரமாக மறைத்துவைக்க அகதிகளிடம் என்ன இருக்கிறது என்பதும் தெரியவில்லை.

எனக்குத் தெரிந்த ஈழ ஆதரவு எழுத்தாளரிடம் தகவல் அறியும் உரிமைச்சட்டப்படி முகாம் குறித்துச் சில தரவுகளை வாங்கும்படி கூறியிருந்தேன். அவர் ஐரோப்பா வாழ் பெரும்பான்மைத் தமிழ்த்தேசிய அரசியல் சூழலோடு இணங்கிச் செல்வதால் இது முக்கியமற்றது என்று கருதியிருக்கலாம். அரசிடம் எந்த விபரமும் பெற முடியாது என்பதுபோல் அகதிமுகாமிற்குள் சென்று விவரம் பெறுவது மிகச் சிரமம் கூடியதும் ஆபத்தானதுமாகும். வெளியாட் களுக்கு அனுமதியில்லை; அதையும் தாண்டிச் சென்றாலும் அம்மக்கள் பேசமாட்டார்கள். அகதிகளின் மௌனம், அரசின் மௌனம்.

தமிழக அகதி முகாம்களில் வாழும் முஸ்லிம் அகதிகள் குறித்து முகாம் நண்பர்களிடம் விசாரித்தபோது தாப்பாத்தி முகாமில் பள்ளிவாசலும் சில குடும்பங்களும் இருப்பதாகத் தகவல் கிடைத்தது. எட்டையபுரத்திலிருந்து அருப்புக்கோட்டை போகும் நாலுவழிச்சாலையில் உத்திலாபுரம் தாண்டி ஆத்துப்பாலத்தைக் கடந்தால் அகதிகள் முகாம் என்ற அறிவிப்புப் பலகை கண்ணில் படும். 1992 – 93ஆம் ஆண்டுகளில் பலதடவை அந்த முகாமிற்குச் சென்றிருக்கிறேன். அப்போது முகாமுக்குத் தனியாகப் பாதை கிடையாது. இப்போது, தார்ச்சாலை போடப்பட்டிருக்கிறது. சுற்றிலும் கருவேலங்காடு, நடுவில் முகாம். அப்போது தார்சீட்டில் வீடுகள் வரிசைவரிசையாக கட்டப்பட்டிருந்தன. தற்போது அவரவர் வசதிக்கேற்ப சிமென்ட் சீட், தகர சீட் போன்றவற்றால் வீடு கட்டியிருக்கிறார்கள். நிறைய வேப்பமரங்கள் இருக்கின்றன.

நானும் நண்பனும் பிரதான நாலுவழிச் சாலையிலிருந்து முகாம்நோக்கி நடக்கும்போதே ஓர் அபத்த நாடகமொன்றின் காட்சிகளை உருவாக்குவதுபோல, க்யூபிராஞ்சுக்காரனிடம் மாட்டிக்கொண்டால் என்ன கதைசொல்லித் தப்பிப்பது என்று ஒத்திகையொன்றைத் தயாரித்துக்கொண்டோம். என்னதான் முன் தயாரிப்பு இருந்தாலும் மாட்டிக்கொண்டால் எல்லாம் மறந்து போய்விடும் என்பது அப்போது எங்களின் ஞாபகத்தில் இல்லை.

எனக்கு எந்த முகாமிற்கும் நேர்வழியாகப் போய்ப் பழக்க மில்லை. தார்ச்சாலையிலிருந்து விலகிக் குறுக்கு வழியாக

உள்ளே சென்றோம். எங்கள் இருவரையும் பன்றிக்குட்டி ஒன்று எதிர்கொண்டது. நல்ல சகுனம். பன்றி நிறைய குட்டி போடும். ஒன்றுதான் கண்ணில் பட்டதென்றால் இன்னும் நிறையக் குட்டிகள் இருக்கும். அவற்றுக்குத் தாய் தகப்பன் எல்லாம் இருக்கும். பன்றிக் குட்டி பதற்றமின்றி எங்களைக் கடந்து போனது. எனக்கு உள்ளுக்குள் ஒருவிதப் படபடப்பு அதிகரித்துக்கொண்டிருந்தது. பன்றிக் குட்டியைப் பார்த்து அல்ல, க்யூ பிராஞ்சை நினைத்து.

குறுக்குவழியாக முகாமிற்குள் சென்றதும் அந்தோணியார் கோயில் கண்ணில்பட்டது. தாப்பாத்தி முகாம் கிட்டத்தட்ட நானூறு குடும்பங்கள் வசிக்கும் அகதிகள் முகாம்; பள்ளிவாசல், அந்தோணியார் கோயில், ஐயப்பன் கோயில், பெந்தகோஸ்தே சபை என மும்மதங்களும் சங்கமிக்கும் ஒரே அகதிகள் முகாம் என்ற சிறப்புக்கும் உரியது அது. அவர்களுக்குரிய மத வழிபாட்டு முறைப்படி அவரவர் இடத்தில் சுதந்திரமாக வழிபடுகிறார்கள் என்பது சிறப்பானது. பெரும்பாலான முகாம்களில் சைவக்கோயில், கிறிஸ்தவக்கோயில் மட்டுமே இருக்கும்.

அகதிகளோடு அகதிகளாக வாழும் 20 முஸ்லிம் குடும்பங் களில் கல்யாணச் சடங்கும், வெள்ளிக்கிழமைத் தொழுகையும் தவிர வேறு எந்த மத இன அடையாளமும் பேணப்படுவதில்லை என்கிறார்கள் முகாம்காரர்கள். பூ வைக்கிறார்கள், பொட்டு வைக்கிறார்கள்; புர்கா அணிவதில்லை. ஐந்து வேளைத் தொழுகை இல்லை. நல்லது கெட்டதுகளை எல்லா மக்களும் சேர்ந்தே செய்கிறார்கள். திருவிழா போன்ற கொண்டாட்டங்களில், இவர்கள் வீட்டுக்கு அவர்களும் அவர்கள் வீட்டுக்கு இவர்களும் அன்பையும் பலகாரங்களையும் பகிர்ந்து கொள்கிறார்கள். ஒரு முஸ்லிம் பெண் இந்து ஆணைக் கல்யாணம் செய்திருக்கிறார், இன்னொரு முஸ்லிம் பெண் பக்கத்து ஊர்க்காரப் பையனைத் திருமணம் செய்திருக்கிறார்.

தொழில் என்று பார்த்தால் மற்ற அகதிகள்போல் பெயின்ட் அடித்தல், கடல் தொழில், கடை வைத்தல் போன்ற அந்தப் பகுதி சார்ந்த வேலைகளைச் செய்கிறார்கள். வெள்ளிக்கிழமை மட்டும் ஆண்கள் மத அடையாளங்களுடன் எட்டயபுரம் பள்ளிவாசலுக்குச் செல்கிறார்கள். ஊர்க்காரர்களின் உதவியுடன்தான் முகாமிலுள்ள பள்ளிவாசல் கட்டப்பட்டிருக்கிறது. ஊர்க்காரர்களும் முகாம் பள்ளிவாசலுக்கு வந்து செல்கிறார்கள். விசேசமான நேரங்களில் மட்டும் வெளியாட்கள் முகாமுக்குள் நுழைந்தால் க்யூ பிரிவுக்குத் தகவல் தெரிவிக்க வேண்டும்.

வெம்பக்கோட்டை அகதிகள் முகாமிலிருக்கும் 11 குடும்பங்களும் தாப்பாத்தி அகதிகள் முகாமிலிருக்கும் முஸ்லிம் குடும்பங்களும் உறவினர்களாக இருக்கிறார்கள். இவர்களுடைய

பூர்வீகம் விளாத்திக்குளத்திலுள்ள வாலிநோக்கம், வேம்பார் கிராமங்கள். இவர்கள் எப்படி இலங்கை சென்றார்கள், அங்குள்ள மன்னார் மாவட்ட பேசாலைப்பகுதியில் எப்படிக் குடியேறினார்கள், எப்படி அகதிகளாகத் தமிழகம் வந்து ஊரிலுள்ள உறவினர்களுடன் உறவுகளைப் புதுப்பித்துக்கொண்டார்கள் என்பதை அறிய தவ்லத்கான் என்பவரைத் தொடர்புகொள்ள முயன்றேன்; முடியவில்லை. தவ்லத்கான் முகாம் தலைவராகப் பலவருடங்கள் இருந்திருக்கிறார். இவர்பற்றி முகாமில் எல்லாமத மக்கள் மத்தியிலும் நல்ல அபிப்பிராயம் இருக்கிறது. உள்முரண் காரணமாக இவர் பதவியிலிருந்து நீக்கப்பட்டுத் தற்போது வேறு ஒருவர் தலைவராக நியமிக்கப்பட்டிருக்கிறார். தவ்லத்கானுக்குத் தமிழ்நாட்டில் உறவுகள் இருக்கிறார்கள். அதேபோல் முகாமில் தவ்லத்கான் தலைவராக இருந்த காலத்தில் மதரீதியிலான பிளவுகளை உருவாக்கச் சிலர் முயன்றிருக்கின்றனர். ஆனால் தவ்லத்கானின் பொறுப்புடைய செயற்பாடுகளால் பல சம்பவங்கள் தவிர்க்கப்பட்டிருப்பதாக அங்கிருந்தவர்களிடம் பேசியதிலிருந்து புரிந்துகொள்ள முடிந்தது. ஆனால் அகதிகளில் கணிசமானவர்கள் இப்போதும் எவ்விதத் துவேசமுமின்றி தவ்லத்கானை ஆதரிக்கத் தயாராகவே இருக்கிறார்கள்.

விருதுநகர் மாவட்டம் வெம்பக்கோட்டை அகதிகள் முகாமில் வசிக்கும் புகாரி என்பவரைத் தொடர்புகொண்டு பேசினேன். அவர், இங்கு வசிக்கும் பதினொரு குடும்பங்களும் மன்னார்த் தீவுப் பகுதியைச் சேர்ந்தவர்கள் என்றும் தன் அம்மா இராமநாதபுரம் மாவட்டத்தைப் பூர்வீகமாக கொண்டவர், அப்பா இலங்கையைச் சேர்ந்தவர் என்றும், 1990களிலேயே மன்னாரிலிருந்து அகதியாக வந்ததாகவும் தெரிவித்தார். தன் சகோதரி, முகாமில் பதிவு நீக்கப்பட்டு இராமநாதபுரத்தில் திருமணம்செய்து வாழ்வதாகக் குறிப்பிட்டார்.

மேலும் புகாரி, "நாங்க முஸ்லிம் என்பதால் முகாம் மக்களாலோ வெளியிலிருந்தோ எந்தப் பிரச்சனையான சூழலும் உருவானதில்லை. நாங்க முகாம் மக்களுடன் நெருக்கமான உறவுடனே வாழ்கிறோம். முகாம் வாழ் முஸ்லிம் அல்லாதவர்கள்தான் முஸ்லிம் பெண்கள் – ஆண்களைத் திருமணம் செய்திருக்கிறார்கள். எந்த முரணும் இல்லாமல் சந்தோசமாக வாழ்கிறோம். நாங்க தொழுகைக்கு இருபது கிலோமீட்டர் தொலைவிலுள்ள சிவகாசிக்குப் போக வேண்டியிருப்பதால் எங்கள் மதம் தொடர்பான வழிபாடு தடைப்பட்டிருப்பது ஒன்றுதான் வருத்தமாக இருக்கிறது. அகதிகளைத் திருப்பி அனுப்பினால் ஒருசிலரைத் தவிர பெரும்பாலானோர் இலங்கைக்குச் செல்ல விருப்பமாகவே இருக்கிறோம்" என்றார்.

நகரத்திலிருந்து நாற்பது ஐம்பது கிலோமீட்டருக்கு வெளியே அகதிமுகாம்கள் அமைக்கப்பட்டு, அவர்கள் வாழ்கிறார்கள். இந்துக்களோ கிறிஸ்தவர்களோ கணிசமான தொகையில் இருப்பதால் அவர்களால் கோயில் கட்டி வழிபாடு நடத்த முடிகிறது.

ஆனால் பத்து இருபது முஸ்லிம் குடும்பங்களால் அது சாத்தியமில்லாததாலேயே இவர்கள் மத அடையாளம், வழிபாடு போன்ற பண்பாட்டு அம்சங்கள் மங்கிப் போயிருக்கின்றன. சமீபத்தில் ஊரின் ஒத்துழைப்போடு தாப்பாத்தியில் பள்ளிவாசல் கட்டப்பட்டிருந்தாலும் அவர்களின் மதம்சார்ந்த ஈடுபாடு குறைந்தேதான் காணப்படுகிறது. கிறிஸ்தவர்களுக்கும் இந்துக்களுக்கும் மதரீதியான அடையாளங்கள் வெளிப்படையாகத் தெரிவதில்லை. முஸ்லிம் ஆண்கள் தொப்பி அணிவது, பெண்கள் புர்கா அணிவது போன்றவை மத அடையாளமாகவே வெளித் தெரிகின்றன. தாப்பாத்தி முகாமில் மத அடையாளம் ஆரம்பம் முதலே இல்லாததும் இம்மக்கள் சக மக்களுடன் கலந்து பழகுவதும் நட்புறவு தழைத்தோங்கும் காரணங்களாக இருக்கலாம்.

மதரீதியான எந்த முரணும் இல்லை; அந்த மக்களுக்கு ஏதாவது பிரச்சனை என்றால் மற்ற மதத்தினர் மத அடையாளங்களின்றி ஒன்று சேர்ந்துவிடுவார்கள் என்கிறார் முகாமில் பணிசெய்யும் தொண்டு நிறுவனத்தைச் சேர்ந்த ஒருவர்.

தாப்பாத்தி முகாமில் ஏழு மாதங்களாகப் பலருக்கு உதவித்தொகை கொடுக்கப்படவில்லை. “தம்பி நீங்க இத முக்கியமா எழுதுங்க. உதவித்தொகை இல்லண்டா சனங்க எப்படிங்க வாழ்வாங்க.”

“நீங்க எல்லாரும் ஒண்ணா சேர்ந்து உண்ணாவிரதம் இருக்க வேண்டியதுதானே,?”

“எங்களுக்குள்ள ஒற்றுமையில்லை. இப்புடிப் பேசினாலே க்யூ பிராஞ்சுக்காரன்கிட்ட சொல்லிப்போடுவாங்க.”

இப்படி மக்கள் ஆதங்கத்தைக் கேட்டுக்கொண்டு நீண்டநேரம் முகாமிற்குள் நிற்க முடியாது; முகாமைவிட்டு இருவருமாக வெளியேறினோம். சரியாக முகாம் வாசலில் இறங்கி நடக்க ஆரம்பித்தபோது, எதிரில் சிவப்பாகக் கொட்டை எழுத்தில் ‘காவல்’ என்று எழுதப்பட்ட வண்டி வேகமாக எங்களை நோக்கி வருகிறது.

அது எங்களின் பாதையில்தான் வருகிறது.

***காலச்சுவடு*, மார்ச் 2016**

ஆட்சி மாற்றம்:
சில அவதானிப்புகள்

இலங்கைத் தமிழர் பிரச்சனை தொடர்பாக தமிழகத்தில் ஓய்ந்திருந்த அலை இலங்கையில் ஆட்சிமாற்றம் ஏற்பட்டு புதிய அதிபராக மைத்திரி போல சிறிசேனா பொறுப்பேற்றவுடன் சலசலக்கத் தொடங்கியிருக்கிறது. இந்தச் சலசலப்பு வளமைக்கு மாறாக இம்முறை இங்குள்ள ஈழஅகதிகள் குறித்துப் பேசியமை ஆச்சர்யத்தை ஏற்படுத்தியது.

அரசியல்வாதிகளின் அறிக்கைப் போரும் அக்கப்போரும் மீடியாக்களுக்கு நல்ல விருந்தாக அமைந்து போனது. இங்கே அகதிகள் இருந்தாலும் ‘ஈழத்தமிழர்’ விவகாரங்கள் நல்ல கச்சாப்பொருள்; விற்பனைப் பொருள். தற்போது தமிழக அரசு அவசரப்பட்டு அகதிகளை இலங்கைக்கு அனுப்ப வேண்டாம் என்று எடுத்த முடிவு அகதிகளின் மனநிலையைப் பிரதிபலிப்பதாக இருக்கிறது.

யாரும் கண்டுகொள்ளாத நிலையிலும் தனக்குத்தானே பட்டம் சூட்டிக்கொண்ட மகாராஜா தமிழினத் தலைவர் பட்டத்தை வேறு யாரேனும் பறித்துவிடுவார்களோ என்ற பதற்றத்தில் பட்டபாடுகளை பக்கம்பக்கமாக பத்திரிகைகளில் பார்க்க முடிந்தது. இந்த விவகாரத்தில் அதுதான் முக்கியமாக கவனிக்கப்பட்ட நகைச்சுவைகளுள் ஒன்றாக அமைந்தது. இதுபோலவே ஈழத்தமிழர் விவகாரத்தில் உரிமை கோரிப் பலரும் வரிசைகட்டிக் காத்திருக்கும் நிலையில் தமிழ்நாட்டிலிருக்கும்

அகதிகள் குறித்த கள்ளமௌனத்தை என்னவென்று சொல்வது? இவர்கள் இலங்கையில் தமிழர் பகுதியிலிருந்து இராணுவத்தை வெளியேற்ற வேண்டும் என்று கோசம் போடுவார்கள். ஆனால் இங்குள்ள அகதிகளை Q பிராஞ்சின் பிடியிலிருந்துகூடக் காப்பாற்ற மாட்டார்கள். வள்ளுவர்கோட்டத்தில் ஆரம்பித்திருக்கும் இந்த இன்னிங்ஸ் 2016 தேர்தலில் உச்சம் பெறும் என்று நம்பலாம்.

இலங்கையில் ஆட்சி மாற்றம் ஏற்படுவதற்கு முன்பிருந்தே அகதிமக்கள் அந்த நிலவரங்களை ஊடகங்கள் வாயிலாகவும், இலங்கையிலுள்ள உறவுகளின் மூலமாகவும் உன்னிப்பாகக் கவனித்து வருகிறார்கள். ஆட்சி மாறியதும் சில நல்ல அறிகுறிகள் தென்படுகின்றன. இன்னும் சூழ்நிலை மாறும் என்று கொழும்பி லிருந்து தகவல் கிடைத்திருப்பதாகச் சொல்கிறார்கள். அதே வேளையில் புதிய அரசு பதவி ஏற்று ஒருமாதம் கடந்த நிலையில் பாதிக்கப்பட்ட தமிழ்மக்கள்மீது போதிய கவனம் செலுத்த வில்லை என்று அமெரிக்காவின் தெற்காசிய பிராந்திய உதவி ராஜாங்கச் செயலர் நிஸா பிஸ்வாலிடம் முறையிட்டுள்ளது தமிழ் தேசியக் கூட்டமைப்பு. இப்படி இருக்கும்போது அகதிகள் இலங்கை திரும்ப வேண்டும் என்று கோரிக்கை விடுத்திருக்கிறார் விக்னேஸ்வரன். அதே நேரத்தில் அகதிகள் ஊர் திரும்பும் பட்சத்தில் அவர்களுக்கான வாழ்வாதாரத்திற்கான உத்தரவாதம் எதையும் அவரால் பேச முடியவில்லை என்பதையும் கவனத்தில் கொள்ள வேண்டியிருக்கிறது.

புதிதாகப் பதவியேற்ற இலங்கை அதிபர் முதல் அரசுப் பயணமாக இந்தியாவிற்கு 15.02.2015 அன்று வந்தார். அகதிகள் குறித்தும் ஈழத் தமிழர்கள் பிரச்சனை குறித்தும் இரண்டு அரசுகளும் பேசுவார்கள் என்று காத்திருந்த அகதிகளுக்கு நாமம் போடப்பட்டுள்ளது. ஜெனிவாவில் மார்ச் மாதம் சமர்ப்பிக்க இருந்த போர்குற்றம் தொடர்பான ஐ.நா. அறிக்கை செப்டம்பர் மாதத்திற்கு ஒத்திவைக்கப்பட்டது. மார்ச்சில் என்ன நடக்கிறது என்று பார்த்துவிட்டு நாடு திரும்பலாம் என்றிருந்தவர்களுக்கு இன்னும் ஆறுமாதம் காத்திருக்க வேண்டிய சூழல்.

இந்திய துணைக்கண்டம் போதாது இலங்கைத் தீவும் வேண்டும் இங்குள்ள பெருமுதலாளிகளுக்கு என்கிறார் பிரதமர் மோடி. ஆட்சியில் அமர்த்தியது நீங்கள், அத்தனையும் உங்களுக்கே என்கிறார் மைத்திரிபால சிறிசேனா.

இதற்கிடையில் அடுத்த மாதம் இந்தியப்பிரதமர் மோடி இலங்கை பயணத்துடன் யாழ்ப்பாணமும் செல்லவிருப்பதாகத் தெரிகிறது. இந்தப் பயணத்திலாவது ஏதாவது மாயம் நிகழுமா என்ற எதிர்பார்ப்பு உள்ளது. இதேவேளை இலங்கை

வடகிழக்கிலிருந்து ராணுவத்தைத் திரும்ப பெறமுடியாது; பன்னாட்டு விதிமுறைகளின்படி உள்நாட்டில் போர்குற்ற விசாரணை நடைபெறும் என்கிறது புதிய அரசு. இந்தச் சூழ்நிலையில் மகிந்த ராஜபக்சேவைப் பிரதமராக்க புதிய கூட்டணியும் உருவாகி வருகிறது. ஏற்கனவே சிங்களவர் மத்தியில் மகிந்தவிற்கு மிகுந்த செல்வாக்கிருப்பதால் தமிழர்களுக்கு ஏதாவது செய்கிறேன் என்று சும்மாதானும் சொல்லமுடியாத நிலை மைத்திரிபால சிறிசேனவுக்கு இதையும் தமிழ்தேசியக் கூட்டமைப்பு அவதானித்து வருவதாகவே தெரிகிறது.

இலங்கையில் சூழல் இவ்வாறு இருக்கையில் இங்குள்ள அகதி முகாம் சூழலையும் கவனிக்க வேண்டியுள்ளது. விருதுநகர் மாவட்டம் வெம்பக்கோட்டையிலுள்ள அகதிகள் முகாமில் 340 குடும்பங்கள் வசிக்கிறார்கள். இங்கு அரசு கணக்கெடுப்பில் 50 குடும்பங்கள் மட்டுமே தாயகம் திரும்ப விருப்பம் தெரிவித்திருக்கின்றன. போவதற்காக காரணம் "தொடர்ந்து தற்காலியமாகவே வாழமுடியாது" என்பதுதான். போக விரும்பாததற்கு அவர்கள் கூறிய காரணங்களுள் ஒன்று பிள்ளைகளின் படிப்பு. பிள்ளைகளின் படிப்பை இவர்கள் குறிப்பிடுவது கவனிக்கப்பட வேண்டிய விசயமாக இருந்தாலும் இவர்கள் இலங்கையின் சூழலை தொடர்ந்து அவதானித்து வருகிறார்கள். ஒருவர் மூன்று வருடங்கள் கழித்துப் போக விருப்பம் தெரிவித்திருக்கிறார். அதற்கான காரணம் அவருடைய பிள்ளை 12வது படிக்கிறார். கல்லூரிப் படிப்பு முடிந்ததும் ஊருக்குப் போவதாகக் கூறியிருக்கிறார்.

இங்கு அரசு கணக்கெடுத்ததில் ஐந்து குடும்பங்கள் எதுவும் பதிவு செய்யவில்லை. அடுத்த நாள் காலையில் அவர்கள் வீட்டில் Q பிராஞ்ச் போலீஸ் சென்று அவர்கள் கட்டாயப்படுத்தவில்லை. ஆனால் காரணம் கேட்டிருக்கிறார்கள். சிங்கள ஆமிக்காரன் மேலேகூட இப்போது பயமில்லை. ஆனால் Q பிராஞ்சு என்றால் அவ்வளவு பயம். கால் நூற்றாண்டுகாலமாக அகதி வாழ்க்கை அவர்களுக்கு கற்றுக் கொடுத்தது இதுதான்.

ஊர் திரும்பும் விசயத்தில் அகதிகள் அவசரப்படத் தயாராக இல்லை. கால் நூற்றாண்டு காலம் இங்கு வாழ்ந்து பழக்கப்பட்டவர்கள் நாளைக்குப் புறப்படுங்கள் என்றால் மஞ் சப்பையைத் தூக்கித் தோளில் போட்டுக் கொண்டு கிளம்ப முடியுமா என்ன?

முறையாக எந்த உத்தரவும் அறிவிப்பும் இல்லாத சூழலில் இலங்கையிலுள்ள பொருளாதார அரசியல் சூழல் மக்கள் அங்கு

செல்வதைத் தள்ளிப்போடுகிறது. அல்லது முட்டுச்சந்தில் நிற்க வைத்திருக்கிறது.

இத்தனை ஆண்டுகாலம் இங்கு அலைக்கழிக்கப்பட்டுவிட்ட நிலையில் இனிமேல் அங்குபோய்த் தெருவில் நிற்க அவர்கள் தயாரில்லை.

நிலம் இல்லாதவர்களுக்கு நிலம், வீட்டுவசதி, தொழில் வேலை வாய்ப்புக்கான பொருளாதார உதவி, கல்விக்கான உத்தரவாதம், இவற்றை இலங்கை, இந்திய அரசுகள் உறுதியளித்தால் படிப்படியாக இங்குள்ள அகதி முகாம்கள் காலியாகும்.

இல்லாவிடில் அடுத்த தலைமுறைக்கும் இது கடந்து போகும்.

அகதி முகாம்களை மூடுவது எப்போது?

ஈழத்தமிழர்களுக்கும் தமிழகத் தமிழர்களுக்குமான தொடர்பாடல் வரலாற்றுக் காலந்தொட்டு இருந்துவருகிறது. ஈழத்தமிழர்களின் உரிமைப் போராட்டம் அகிம்சைவடிவில் தந்தை செல்வா காலத்தில் இருந்தபோதும் அதன் அசைவியக்கம் தமிழகத்தில் இருந்தது. அகிம்சைப் போராட்டம் தோல்வியுற்று ஆயுதப்போராட்டத்துக்கு மாறியதும், தமிழகத்தில் பெரும் விளைவை ஏற்படுத்தியது. அகிம்சை, ஆயுதப் போராட்டம் இரண்டும் இந்தியாவிலிருந்து இலங்கைக்கு இறக்குமதி செய்யப் பட்டவை. இந்தியாவில் வெற்றி பெற்றதாகக் கூறப்படும் அகிம்சைப் போராட்டமும் சரி ஆயுதப் போராட்டமும் சரி இலங்கைத்தீவில் வெற்றி பெற வில்லை. ஈழத்தமிழர்க்கு நீதி கிடைக்காத பட்சத்தில் எத்தகைய போராட்ட வடிவம் ஈழத்தமிழர்க்கு தேவை என்பது தனியே ஆய்வுக்குரியது.

இலங்கையில் ஏற்பட்ட முக்கியமான எல்லாப் போராட்டங்களிலும் இந்தியாவும் அதன் மாநிலமான தமிழகமும் தம் தன்மைக்கேற்ப செயல்பட்டன. ஆனால் அகதிகள் பிரச்சனையில் பெரும் ஏமாற்றத்தையே தந்துகொண்டிருக்கின்றன. அகதிகள் வரலாற்றின் இருண்டகாலம் இது.

அகதிகளுக்கான ஐநாவின் சட்டத்தில் இந்தியா கையெழுத்திடவில்லை என்பது உட்பட காலத்துக்கு

காலம் சூழ்நிலைகள் மாறி வந்தபோதும் அகதிகள் விசயத்தில் இந்தியாவின் நிலைப்பாடு திருப்தியில்லாமல் பாரபட்சமாகவே இருந்திருக்கிறது.

1983ஆம் ஆண்டுமுதல் அகதிகள் தமிழகத்திற்கு வர ஆரம்பித்ததிலிருந்து, ஏறத்தாழ 33 ஆண்டுகள் தமிழகத்தில் ஈழஅகதிகள் இருந்து வருகிறார்கள். சமீபகாலமாக அகதிகள் அபாயகரமான கடல் பயணத்தின் ஊடாக இந்தியாவைவிட்டு வெளியேற நினைப்பதும், ரவீந்திரன் என்பவர் மதுரை மாவட்டம் உச்சப்பட்டி அகதிகள் முகாமில் உயரழுத்த மின்கம்பத்தில் ஏறி உயிரை மாய்த்ததும், அகதிகள் விசயத்தில் இந்தியாவின் இறுகிய மற்றொரு முகத்தையே காட்டுகிறது.

இந்திய அரசு அகதிகள் விசயத்தில் இறுக்கமாக நடந்து கொள்கிறது. தமிழகத்தில் எட்டுக்கோடி தமிழர்கள் வாழ்ந்தும் இங்குள்ள அகதிகளைக் கண்ணியமாக நடத்தவுமில்லை; தமிழக அரசுக்குள்ள அதிகாரத்தைப் பயன்படுத்தி அகதிகளைப் பராமரிக்கவுமில்லை, மத்திய அரசை வலியுறுத்தவுமில்லை.

ஈழப்போராட்டகாலத்தில் பட்டாபோட்டுப் போராட்டம் நடத்திய தமிழகம், போராட்டத்தின் பக்கவிளைவான அகதிகள் விசயத்தில் கண்ணை இறுக மூடிக்கொண்டது.

33 ஆண்டுகள் கடந்த அகதிகள் வரலாற்றில் நான்கு கட்டங்களாக அகதிகள் அடைக்கலம் தேடி தமிழகம் வந்திருக்கிறார்கள்.

1) முதல் கட்டம் – 1983: – 1987: 1,34,053

2) இரண்டாங்கட்டமாக 1989 – 1991: 1,22,78

3) மூன்றாங்கட்டமாக 1996 – 2005: 22,418

4) நான்காம்கட்டமாக 2006 – 2007: 19,680

நான்கு கட்டங்களாகக் ஏறக்குறைய மூன்று இலட்சம் அகதிகள் தமிழகம் வந்திருக்கிறார்கள். இவர்களில் கணிசமானவர்கள் பல்வேறு முகவர்கள், நிறுவனங்கள் மூலமாக அய்ரோப்பிய நாடுகளுக்குப் புலம்பெயர்ந்திருக்கிறார்கள். இலங்கைக்குத் திரும்பிருக்கிறார்கள். தற்போது 32 மாவட்டங்களுள்ள தமிழகத்தில் 25 மாவட்டங்களில் .107 முகாம்களில் அறுபதாயிரத்துச் சொச்சம் அகதிகள் வாழ்கிறார்கள். முகாமிற்கு வெளியே முப்பதாயிரத்துக்கும் குறைவானவர்கள் வாழ்கிறார்கள்.

முகாம்களில் வாழ்பவர்கள் பெரும்பாலும் வறுமைக் கோட்டுக்கு கீழுள்ள உடல் உழைப்பாளிகள். இவர்களில் 29,500 நபர்கள் இந்திய வம்சாவளி ஈழத்தமிழர்கள். மற்றவர்கள் ஏனைய

சமூகங்களைச் சேர்ந்தவர்கள். ஆனால் வன்னிப்பிரதேசத்தை சேர்ந்தவர்கள் கணிசமாக இருக்கிறார்கள்.

2009 இறுதிப்போர் முடியும் வரை அகதிகளைக் கடுமையான கண்காணிப்பிற்குள்ளும் அடிப்படை மனித சுதந்திரமற்ற நிலையிலும்தான் இந்திய அதிகார மையங்கள் வைத்திருந்தன. இலங்கையில் போர் முடிந்த 2009க்கு பின்பும் அதே காரணங்களைக் கூறி அகதிகளை மனிதாபிமானமற்ற முறையில் அரசுகள் நடத்துவதை ஏற்றுக்கொள்ள முடியாது. போர் முடிந்து ஏழாண்டுகளாக அரசுகளின் மௌனமும் நீண்டு கொண்டிருக்கிறது. ஈழப்போர்குறித்துத் தமிழகம் மட்டுமின்றி புலம்பெயர் தேசங்களில் பேசிய அளவும் போராட்டங்கள் நடத்திய அளவுக்கம் தமிழகம் வாழ் எளிய அகதிகள் பற்றிப் அக்கறை காட்டவில்லை என்பது பெருத்த ஏமாற்றம்.

அகதிகள் தங்கள் பிரச்சனைக்காகத் தாங்களே போராடுவதென்பது தமிழகத்தைப் பொறுத்தவரை வாய்ப்பே இல்லை. அவர்களின் மனநிலை தொடர் கண்காணிப்புக்குள் வாழ்தல் போன்றன. அத்தகைய போராட்ட நிலைக்கு அவர்களை நகர்த்தாது.

இலங்கையில் காணிபூமி இல்லை, நிரந்தர முகவரிகூட இல்லாத சனங்கள். கால்நூற்றாண்டுக்கு மேலாக முகாம்களில் நெருக்கடிக்குள் வாழ்ந்து பழகியவர்கள் எப்படி, எங்கே போவார்கள்?

அதற்காக எல்லோருக்கும் இரட்டைக் குடியுரிமை என்பது சரியல்ல. முதலில் இலங்கை செல்ல விரும்பியவர்களின் வாழ்வாதாரத்தை உறுதிப்படுத்தி அனுப்ப வேண்டும். போக விரும்பாதவர்களுக்கு இரட்டைக் குடியுரிமை கொடுக்க வேண்டும்.

இரட்டைக் குடியுரிமை என்பது இரண்டு நாடுகள் சம்பந்தப் பட்ட பிரச்சனை. பல சட்டச்சிக்கல்கள் உள்ளடங்கியிருக்கின்றன.

ஆனால் அதற்கான உரையாடல்கள் எங்கிருந்தும் தொடங்கப்படவில்லை. ரவீந்திரனின் கோரமரணத்தைத் தொடர்ந்து தமிழக முதல்வர் ஜெயலலிதா தேர்தல் அறிக்கையில் அகதிகளுக்கு இரட்டைக் குடியுரிமைக்கு முயற்சி செய்வேன் என்று அறிவித்திருக்கிறார். மத்திய அரசிடம் கோரிக்கையும் வைத்திருக்கிறார். மேலும் அதற்கான அழுத்தத்தைத் தரப்போவது யார், அதற்கெனக் கால நிர்ணயம் ஏதுமுண்டா? தமிழக முதல்வர்கள் மத்திய அரசுக்கு எழுதும் கடிதத்திற்கு என்ன

பதிலோ அதேதான் கோரிக்கை மனுவுக்குமா, சட்டமன்றத்தில் இயற்றிய தீர்மானங்களுக்கு என்ன தீர்வு கிடைத்தது?

தமிழக முதல்வருக்கு எந்தளவு பொறுப்பிருக்கிறதோ அதே அளவு பொறுப்பு வடக்கு மாகாண முதல்வர் விக்னேஸ்வரனுக்கும் இருக்கிறது. அவருக்கு உள்நாட்டில் நெருக்குதல் இருக்கலாம். சும்மா பேசக்கூடவா முடியாது. தமிழகம் வாழ் அகதிகள் விடயத்தில் மாற்றாந்தாய் மனநிலையில் விக்னேஸ்வரன் மௌனியாக இருக்கிறார்; அகதிகள் தமிழகத்தில் வாழ்ந்தாலும் அவர்கள் இலங்கைக் குடிமக்கள்.

பரிபூரண சுதந்திரத்துடன் பாதுகாப்பாக இருந்துகொண்டு எல்லாத்தையும் விவாதத்திற்குட்படுத்தும் புலம்பெயர் சமூகம் அகதிகள் விடயத்தில் ஏன் மௌனம் காக்கிறது, சிங்கள அரசின் மௌனம் ஆச்சர்யமில்லை. திபெத் அகதிகளை ஏற்றுக்கொண்ட இந்திய அரசு அவர்களுக்கு சில வசதிகளைச் செய்துகொடுத்திருக்கிறது. ஆனால் ஈழத்து அகதிகளை அகதிகளாக ஏற்கவில்லை. சட்டவிரோதக் குடியேறிகளாகக் கருதி அத்தனை கட்டுப்பாடுகளையும் விதித்திருக்கிறது. அடிப்படைச் சுதந்திரம் இல்லாத நிலையில் வாழ நிர்ப்பந்தித்திருக்கிறது. உலகத்துக்காகவும் நிர்வாக நடைமுறைக்காக மட்டுமே அகதி என்ற சொல்லைப் பயன்படுத்துகிறது. இது குறித்தெல்லாம் யார் பேசுவது?

அகதிகள் விவகாரம் உள்ளூர்ப் பிரச்சனையோ சமூகப் பிரச்சனையோ இல்லை. அகதிகள் சட்டத்தில் இந்தியா கையெழுத்திடாததால் இது சர்வதேசப் பிரச்சனையுமில்லை. முன்பு கூறியதுபோல் இலங்கை இந்தியா இருநாட்டுப் பிரச்சனை. எல்லோரும் தொடர்ந்து குரல்கொடுப்பதன் மூலமாகவே அரசுகளின் கவனத்தைப் பெறமுடியும். அரசுகளை நிர்பந்திக்க முடியும். இதைப் பேசமறுத்தால் வரலாறு மன்னிக்காது. ஜூன் 20 அகதிகள் தினத்தை முன்னிட்டு தமிழகத்திலுள்ள அகதிமுகாம்களை மூட நாம் என்ன செய்ய போகிறோம்?

***தீபம்*, 29.06.2016**

அதிகாரத்தின் பலி

வருமுன் காப்பது என்ற மரபு நம்மிடமில்லை. அங்கொன்றும் இங்கொன்றுமாக எழும் சிறு குறைகளையும் நாம் அலட்சியம் செய்கிறோம். தொடர்ச்சியான அலட்சியம் பெரும் வெடிப்பாக நிகழும்போது மட்டும் அதுபற்றிக் கதைக்க ஆரம்பிப்போம். அது முடிவதற்குள் அடுத்த நிகழ்வு வந்து நமது கவனத்தைத் திசை திருப்பிவிடும்.

கால் நூற்றாண்டைக் கடந்து ஈழஅகதிகள் கேட்பாரற்றுத் வாழ்ந்துகொண்டிருக்கும் போதுதான் தமிழகத்திலிருந்து தொப்புள் கொடி என்ற சொல்லாடல் தொடர்ந்து பயன்பட்டது. யார் தொப்புள் கொடி என்ற விவாதம் தனி. ஆனால் தொடர்ந்து அடக்கிவைக்கும்போது அழுத்தம் பன்மடங்காக வெளிப்படும் வெளிப்பாடு தான் மதுரை மாவட்டம் திருமங்கலம் தாலுகாவில் அமைந்துள்ள உச்சப்பட்டி அகதிகள் முகாமில் நிகழ்ந்திருக்கிறது. உயிர்ப் பலிதான் உலகத்தைத் திரும்பிப் பார்க்கவைத்திருக்கிறது. கடற்கரையில் ஒதுங்கிய சிறுவனின் உடல் உலகத்தின் கவனத்தைத் திருப்பியது; கூலித் தொழிலாளியான ஈழ அகதியின் மரணம் தமிழகத்தில் சிறு சலசலப்பை உண்டாக்கியிருக்கிறது. இன்றைய அரசியல் சூழலில் இது காணாமல் போனாலும் ஆச்சர்யப்படுவதற்கில்லை.

அதிகாரிகளின் அலட்சியமும் அடக்குமுறையும் உச்சப்பட்டி அகதிகள் முகாமில் மட்டும் நடப்பதல்ல. 60 ஆயிரத்துச் சொச்சம் அகதிகள் வாழும் 107 முகாம்களிலும் இதே நிலைதான்.

உச்சப்பட்டி அகதிகள் முகாம் 1990ஆம் ஆண்டு முதல் இருக்கும் பெரிய முகாம் நானூறு குடும்பங்களுக்கு மேல் வசிக்கிறார்கள். ஓலைக் கொட்டிலில் குடியமர்த்தப்பட்டிருக்கும் அகதிகளில் 2006க்குப் பின்பு அகதியாக வந்தார்கள் ரவீந்திரனின் குடும்பம். இவர் மன்னார் மாவட்டம், முருங்கன் பகுதியைச் சேர்ந்தவர். 45 வயது மதிக்கத்தக்க ரவீந்திரனுக்கு ஆறு குழந்தைகள் இரண்டு பையன்கள், நான்கு பெண்கள். மூத்த பெண்ணுக்குச் சமீபத்தில்தான் திருமணம் நிகழ்ந்தது. ஒரு பெண் படிக்கிறார். மற்றவர்கள் கூலி வேலை செய்கிறார்கள். கடைசிப் பையனுக்கு பத்துப் பன்னிரண்டு வயதிருக்கும்.

முகாம்களில் முதல் ஞாயிறும் மூன்றாம் ஞாயிறும் செக்கிங் நடப்பது வழக்கம். உதவித் தொகை வழங்கப்படும்போது அனைவரும் இருக்க வேண்டும். முக்கிய அமைச்சர்கள் அந்த மாவட்டத்திற்கோ மாநிலத்திற்கோ வந்தால் கூடுதலாக மூன்று நாட்களுக்கு முகாமைவிட்டு யாரும் வெளியேறக் கூடாது. இது பொதுவான நடைமுறை. 6.3.16 மாதத்தின் முதல் ஞாயிறு என்பதால் தணிக்காக நடைபெற்றது.

ரவீந்திரனின் கடைசிப் பையனுக்கு இரத்த உறையாமை நோய் இருந்திருக்கிறது. அவரை மதுரை ராஜாஜி அரசுப் பொது மருத்துவமனையில் அனுமதித்திருக்கிறார்கள். தொடர் மருத்துவம் அவருக்குத் தேவைப்பட்டதால் கடந்த தணிக்கையிலும் அவரை வருவாய்த்துறை அதிகாரியிடம் காண்பிக்கவில்லை. அதனால் இந்த முறை கட்டாயம் காண்பிக்க வேண்டும். இல்லை என்றால் நீக்கிவிடுவேன் என்றிருக்கிறார் வருவாய்துறை அதிகாரி. இந்த வருவாய்துறை அதிகாரி ஓய்வுபெற்றவர். அதன்பின்பும் அவரை அந்தப் பணியில் அமர்த்தியிருக்கிறார்கள். இவர் கடுமையாக நடந்துகொள்வதாக அவ்வப்போது சலசலப்புகள் எழுந்திருக்கின்றன. அதிகாரியிடம் மருத்துவம் பார்த்ததற்கான மருந்துச் சீட்டுகள் ஆதாரமாகக் காட்டப்பட்டிருக்கிறது. அவர் ஏற்றுக்கொள்ள மறுத்துவிட்டார். அதிகாரிக்கும் ரவீந்திரனுக்கும் வாக்குவாதம் நடந்திருக்கிறது. கடைசியாக இயலாமையில் ரவீந்திரன் தற்கொலை செய்துகொள்ளும் முடிவுக்கு வந்திருக்கிறார்.

தென் தமிழகத்திலிருந்து மதுரை பிரதான மின்பகிர்மான நிலையத்துக்கு வரக்கூடிய மிகப்பெரிய மின்கம்பத்தில் ரவீந்திரன்

ஏறியிருக்கிறார். தணிக்கைகளாகக் காத்திருந்த மக்கள் கூக்குரல் எழுப்பியிருக்கிறார்கள். எதனையும் பொருட்படுத்தாத ரவீந்திரன் மனஅழுத்தத்தின் உச்சத்தில் உயர் மின்னழுத்தம் கொண்ட கம்பியைப் பிடித்துத் தூக்கி வீசப்பட்டுத் தார் ரோட்டில் விழுந்து அந்த இடத்திலேயே இறந்துபோனார்.

ஏற்கனவே கோபத்திலும் அழுத்தத்திலும் இருந்த மக்கள் இரக்கமற்ற அதிகாரியைக் கண் மூடித்தனமாகத் தாக்கி அங்கிருந்த பொருட்களையும் சேதப்படுத்தினார்கள். ஆனாலும் ரவீந்திரன் சடலத்தை அவ்விடத்தை விட்டு அகற்ற அவர்கள் அனுமதிக்கவில்லை. ஆயிரக்கணக்கான அகதிகள் கூடிநின்று கொண்டார்கள். மதியம் இரண்டு மணிக்கு இந்நிகழ்வு நடந்தது. போலீஸ், அதிகாரிகள் வந்தார்கள். மக்கள் சடலத்தை அகற்ற அனுமதிக்கவில்லை. ஆம்புலன்ஸ் வந்தது. கல்லெறிந்து விரட்டினார்கள். மாலை நான்கு மணிக்கு மேலாகிக்கொண்டிருந்தது. அதிகாரி பேச்சுவார்த்தையில் உடன்படாத மக்கள் மாவட்ட ஆட்சியர் வர வேண்டும் என்று கோரிக்கை வைத்தார்கள்.

மாவட்ட ஆட்சியர் சென்னையில் இருப்பதாகத் தகவல் தெரிவிக்கப்பட்டிருக்கிறது. அவர்கள் பிடிவாதமாக மறுக்கவும் போலீஸ் லத்தியால் தாக்கி பிரேதத்தை எடுக்க முயன்றிருக்கிறது. ஊடகங்கள் முகாமில் கூடியிருந்தன. ஒரு செய்தித் தொலைக்காட்சி நேரடி ஒளிப்பரப்பு செய்ததாகத் தகவல். இந்தச் சூழ்நிலையில் பழ. நெடுமாறன் அங்கு வந்திருக்கிறார். சில கட்சியின் தொண்டர்கள் கூடியிருக்கிறார்கள். ஆயிரத்திற்கும் மேற்பட்ட போலீஸ் குவிக்கப்பட்டிருக்கிறது. சடலத்தை மாவட்ட ஆட்சியர் வராமல் எடுக்க முடியாது என்று பழ. நெடுமாறன் ஊடகத்தில் பேசியிருக்கிறார். மாவட்ட ஆட்சியர் விமானத்தில் சென்னையிலிருந்து மதுரை வந்ததாகத் தகவல். அவர் இரவு பத்துமணியளவிலேயே வந்துசேர்ந்தார். அதன் பின்பு அகதிகள் கோரிக்கையைச் சரி செய்வதாகவும் இறந்தவர் குடும்பத்திற்கு உதவி செய்வதாகவும் வாக்குறுதி அளித்தார். சடலத்தை அரசு ஆஸ்பத்திரிக்கு எடுத்துச் செல்ல மக்கள் அனுமதித்தார்கள்.

7.3.16 காலை பிரேதக் கூறாய்வு செய்த பின்பு உறவினர்களிடம் உடல் ஒப்படைக்கப்பட்டது. சில கட்சிகளின் தொண்டர்கள் மாலை அணிவித்திருக்கிறார்கள்; விடுதலைச் சிறுத்தைகள் தலைவர் தொல் திருமாவளவன் மாலை அணிவித்து அஞ்சலி செலுத்திப் பேசியிருக்கிறார். முகாமை சுற்றிப் பார்த்துவிட்டுச் சென்றிருக்கிறார். மாலை உடல் அடக்கம் செய்யப்பட்டது.

ரவீந்திரனுடைய மரணம் இந்த மக்கள்மேல் எல்லோருடைய பார்வையும் திருப்பியிருக்கிறது. இந்நிகழ்வு நடக்காவிட்டால் ஊடகங்களும் சரி மற்றவர்களும் சரி அரசியல் தலைவராக இருந்தாலும் முகாமிற்குள் சென்றிருக்க முடியாது.

அறுபதாயிரத்துச் சொச்சம் அகதிகளின் இன்றைய அவலம் ஒட்டுமொத்தத் தமிழ்ச்சமூகத்திற்கும் அவமானம்.

பத்தாண்டுகளுக்கு மேல் இதே உச்சப்பட்டி அகதிகள் முகாமில் வாழ்ந்த அனுபவத்தில் முகாமில் கௌரவமாக வாழமுடியாது என்பதால்தான் முகாமைவிட்டு வெளியேறும் முடிவுக்கு வந்தேன்.

இன்றைய நிலையில் அகதிகளின் எதிர்பார்ப்பு வாழ்வாதாரத்தை உறுதிப்படுத்திப் படிப்படியாக இலங்கையில் குடியேற அரசுகள் (இந்தியா – இலங்கை – தமிழக) உதவ வேண்டும். இருக்கும்வரை சுதந்திரமாக வாழ விட வேண்டும் என்பதுதான்.

நாளை அவலமான தமிழக அரசியல்வாதிகள் இதையும் அரசியலாக்கினாலும் ஆச்சரியப்படுவதற்கில்லை.

தீபம் **09.03.2016**

2016 சட்டமன்றத் தேர்தலும் ஈழத்தமிழரும்

முன்பு தமிழ்நாட்டில் தேர்தல்கள் நடந்த போதெல்லாம் கருணாநிதி முதல்வராக வரக்கூடாது என்ற எண்ணம் அகதிகள் முகாமிலிருந்தபோது எனக்கு மேலோங்கியிருந்தது. எந்தப் புரிதலும் இல்லாத, தெரியாத நிலையில் புறச்சூழலே அவ்வாறு நினைக்கத் வைத்திருந்தது. தமிழகத்தில் ஆட்சிகள் மாறிமாறி நடந்துகொண்டிருக்கின்றன. இலங்கைப் பிரச்சனையும் தீரவில்லை; அகதிகள் வாழ்க்கையும் மாறவில்லை; ஆகவே மத்தியில் ஆட்சி மாறினால் நமக்கு விடிவு வரும் என்று சிறுபிள்ளைத்தனமான எண்ணமும் அப்போது தோன்றியிருக்கிறது. பிறகும் எந்த மாற்றங்களும் நிகழாதபோது இலங்கையில் ஆட்சிமாறினால் நமக்கு ஒரு தீர்வு வரும் என்ற மனநிலையும் உருவாகிக் கலைந்துகொண்டேயிருந்தது. இப்படி எதிர்பார்த்து எதிர்பார்த்து ஏமாற்றமே மிஞ்சியிருந்தது. அரசியல் வாதிகள் மேல் நம்பிக்கையில்லாத மனநிலை வேறு. இவையெல்லாம் ஏமாற்றத்தின் விளைவு.

ஏமாற்றத்தின் விளைவாக அரசியல்வாதிகள் மேல் நம்பிக்கை இல்லாமல் போகலாம்; ஆனால் ஜனநாயகத்தின்மேல் நம்பிக்கையில்லாமல் போனால் அந்த வெளியைச் சர்வாதிகாரம் ஏதோ ஒரு விதத்தில் நிரப்பிக்கொள்ளும். அதனை இன்றைய உலகம் ஏற்றுக்கொள்ளாது.

இலங்கைப் பிரச்சனையோடு தமிழகத் தேர்தல் சூழ்நிலையின் அடிப்படையிலான

சில விசயங்களைப் புரிந்துகொள்ள வேண்டும். இலங்கைப் பிரச்சனையின் ஆரம்பகாலம் தொட்டு அதன் அதிர்வலை தமிழகத்தில் எழுவதும் அடங்குவதும் தொடர் வரலாறு. சமகாலத்தில் புலம்பெயர்ந்த தமிழர்கள் தங்கள் இருப்பும் பாதுகாப்பும் உறுதியான பின்பு தமிழகப் போராட்டங்களுக்கு இணையான போராட்டங்களை புலம்பெயர் தேசங்களிலிருந்து முன்னெடுத்திருக்கிறார்கள்.

இலங்கைப் பிரச்சனை சார்ந்த இலங்கையிலிருந்து மட்டுப்படுத்தப்பட்ட குரல்களே வெளிவருகின்றன. இருப்பும் பாதுகாப்பும் உறுதிப்படுத்தப்பட்ட நிலையில் முதிர்ந்த ஜனநாயகமுடைய நாடுகளிலிருக்கும் புலம்பெயர் சமுகத்திட மிருந்து கட்டுப்பாடற்ற குரல்கள் மேலெழுவதைக் கவனிக்க முடிகிறது.

உதாரணத்திற்கு இணைய, முகநூல் பதிவுகள்; கட்டுப்பாடுடைய இலங்கைச் சூழலுக்கும் கட்டற்ற புலம்பெயர் சூழலுக்கும் இடைப்பட்ட சூழல்தான் இந்தியாவின் மாநிலமான தமிழகத்திலிருந்து எழும் குரல்கள். அதாவது இலங்கையில் ஆரம்ப நிலையிலும் தமிழகத்தில் (இந்தியாவில்) அரைகுறை யான நிலையிலும் ஐரோப்பாவில் முதிர்ந்த நிலையிலும் ஜனநாயகத்தன்மை வெளிப்படுகிறது. இதன் அடிப்படையில் தான் போராட்டங்களின் வீச்சும் வெளிப்படுகிறது.

இலங்கை, தமிழகம், புலம்பெயர் சமுகம் இவை மூன்றும் இலங்கைப் பிரச்சனை சார்ந்து பெருபான்மையினர் ஒத்த புள்ளியில் சந்தித்தார்களா என்றால் இல்லை என்றுதான் சொல்ல வேண்டும். இந்த முரண் இருப்பு சார்ந்து மாறுபடுகிறது. இதுவே தமிழர் தரப்பின் பலவீனம்.

இதன் அடிப்படையில் இந்திய இறையாண்மைக்குட்பட்ட தமிழகத்தின் ஈழம் சார்ந்த போராட்டத்தின் உச்சம் 2009 முள்ளிவாய்க்கால் நிகழ்வு. இதற்குமேல் தமிழகம் ஈழம் சார்ந்து அசைவதை மத்திய அரசு அனுமதிக்காது என்பதுதான் கடந்தகால வரலாறு.

கழுதை தேய்ந்து கட்டெறும்பான கதையாகத் தமிழக தேர்தல் காலங்களில் பூதாகரமான பேசுபொருளாக இருந்த ஈழப்பிரச்சனை இன்று பூச்சியத்தில் வந்து நிற்கிறது. இதற்குக் காரணங்கள் பல இருக்கின்றன.

இலங்கையில் ஆயுதப் போராட்டம் மௌனிக்கப்பட்டு இருந்தாலும் அடிப்படைப் பிரச்சனை இருக்கிற சூழலில் தமிழகத்தில் அரசியலுக்காக மட்டுமே ஈழப்பிரச்சனையை

அரசியல்வாதிகள் பேசிக்கொண்டிருக்கிறார்கள். அதுமட்டு மல்லாமல் தமிழக மக்களுக்கு ஈழம் சார்ந்து பச்சாதாபம் இருந்தாலும் அது கடந்த காலங்களிலே தேர்தல் களத்தில் வாக்காக மாறவில்லை. அரசியலில் பிரதிபலிக்கவில்லை என்பதை அரசியல்வாதிகள் அறிந்திருக்கிறார்கள்.

ஓட்டரசியல் தவிர்த்து தமிழக அரசியல்வாதிகள் எதையும் யோசிக்கமாட்டார்கள் என்பதற்கு நல்ல உதாரணம் தமிழக முகாம்களில் வாழும் அகதிகள்.

உடல், பொருள், ஆவி அனைத்தையும் ஈழத்துக்காக ஒப்படைத்து வருடக்கணக்காகச் சிறைவாசம் அனுபவித்த வைகோ இந்தத் தேர்தலில் மறந்தும் ஈழம் பற்றிப் பேசாத சூழ்நிலையில் தமிழக முதல்வர் ஜெயலலிதா தமிழகம் வாழ் அகதிகளுக்கு இரட்டைக் குடியுரிமை வாங்கித் தருவதாகத் தேர்தல் பிரச்சாரத்தில் உளறியிருக்கிறார். இவர் கடந்த காலத்தில் இந்திய இராணுவத்தை அனுப்பி ஈழம் பிடித்துத் தருவேன் என்று பிரச்சாரம் செய்தவர்.

ஜெயலலிதா அகதிகள் குறித்துப் பேசியதற்கு உச்சப்பட்டி அகதிகள் முகாமில் ரவீந்திரன் என்ற அகதியின் கோர மரணமும் அதைத் தொடர்ந்து எழும் விமர்சனங்களும் காரணமாக இருக்கலாம். இதுவும் ஈழம் சார்ந்த பிரச்சனை இல்லை, தமிழகம் சார்ந்த பிரச்சனைதான்.

குடும்பத்தலைவரான கருணாநிதியும் டெசோவும் பிடிவாத மாக வாய்மூடி மௌனமாக இருக்கும் நிலையில் பெரும் அரசியல்தலைவர்கள் எல்லாம் தீவிர மௌனவிரதமிருக்கும் சூழ்நிலையில் சீமான் பிரபாகரன் புகைப்படத்துடன் தீவிரப் பிரச்சாரம் செய்து வருகிறார். சீமான் கடலூரில் போட்டி யிடுவதற்குப் பதிலாக கனடாவில் போட்டியிட்டால் வெற்றி பெறுவார்.

பெரும் பணப் புழக்கமுடைய திராவிடக்கட்சிகள் முன் அவரால் தாக்குப் பிடிக்க முடியுமா என்ற கேள்வியும் இருக்கிறது. உலகமயமாக்கல், பெரும் கார்பொரேட் முதலாளிகள் முன்னால் சீமான் பேசும் தூய்மைவாதம் எந்தளவுக்குத் தாக்குப்பிடிக்குமென்பது பெரும் கேள்வி. பிரச்சாரத்திற்கான கால அவகாசமிருப்பதால் பொறுத்திருந்து வேடிக்கை பார்க்கும் நிலையில் ஈழத்தமிழர்கள் இருக்கிறார்கள்.

2016 சட்டமன்ற தேர்தல் காலத்தில் எழுதப்பட்டது

தீபம்

புலம்பெயர்ந்தவர்களின் அவமானம்

"சார் உங்ககிட்ட ரேசன் கார்டு இருக்கா?"

இல்லை.

"சார் ஓட்டுநர் உரிமம் இருக்கா?"

இல்ல.

"சார் வாக்காளர் அட்டை"

இல்லை.

"சார் ஆதார் அட்டை இருக்கா"

இல்லை.

"அப்ப உங்க கிட்ட என்னதான் சார் இருக்கு"

நீங்க கேட்ட எதுவுமில்லை.

வேற்றுக்கிரக வாசிபோல் அந்த பெண் என்னைப் பார்த்தாள்.

என்னிடமிருந்த எனது பதிவுப் பேப்பரைக் காண்பித்தேன். அதைப் பார்த்த அந்தப் பெண் சார் உங்க அக்காதான் ரேசன் கார்டு, வாக்காளர் அட்டை எல்லாம் வச்சிருக்கிறாங்க. நீங்களும் எடுக்க வேண்டியதுதானே. நான் இந்தியக் குடிமகனில்லை. அதனால ரேசன்கார்டு எடுத்தால் சட்டப்படி குற்றமாகும்.

அப்ப எப்படி உங்க அக்கா ரேசன்கார்டு எல்லாம் எடுத்தாங்க.

வார்த்தை இல்லாத மௌனத்தைப் புரிந்துகொண்ட அப்பெண் "சார் உங்க பேப்பர் எதுவும் செல்லுபடியாகாது, சாரி சார்."

மேலே குறிப்பிட்டது சிம்அட்டை வாங்கச் சென்ற கடையிலிருந்த பெண்ணுடன் சிறிய உரையாடல் இது; பத்தினாதனுக்கு மட்டும் நடந்த விசயமில்லை. தமிழ்நாட்டில் வாழும் அகதிக்குத் தினம்தினம் ஏதோ ஒரு வகையில் நடக்கும் விசயம். இந்த நிலை ஓராண்டு, இரண்டாண்டு நடப்பதல்ல. கால்நூற்றாண்டைக் கடந்து வாழும் அகதிகள் அத்தனை பேருடைய நிலையும் இதுதான்.

இன்றைய நவீன உலகில் சிம்அட்டைகூட வாங்க முடியாத நிலையில்தான் தமிழ்நாட்டில் ஒரு லட்சம் அகதிகளுக்கு மேல் வாழ்கிறார்கள். இப்படி வாழ்பவருடைய மனநிலையும் வாழ்வும் எப்படி இருக்கும்? இன்றைய அவசர வாழ்க்கைச் சூழலை அவரால் எதிர்கொள்ள முடியுமா?

எதிர்த் தரப்புப்பற்றி (சிங்கள அரசு) கவலைப்பட்ட அளவுக்கு நாம் சுயவிமர்சனத்தை வளர்த்தோமா? சுயபரிசோதனை செய்துகொண்டோமா என்ற கேள்வி பலமாக எழுகிறது. இதை இந்தக் கட்டுரையில் குறிப்பிடுவதற்கு முக்கிய காரணம் இருக்கிறது. தமிழகம் வாழ் அகதிகள் பற்றி தமிழக மக்கள் பரிதாபப்படுகிறார்கள். இலங்கை வாழ் ஈழத்தமிழர்களிடத்திலும் தமிழகம் வாழ் அகதிகள் பற்றிய மோசமான மனநிலையில்லை. ஆனால் புலம்பெயர்ந்த தமிழர்களிடம் இந்திய அகதிகள் பற்றி மோசமான மதிப்பீடு இருக்கிறது. இதற்குக் காரணம் என்ன?

கணிசமாக ஐரோப்பாவுக்குப் புலம்பெயர்ந்தவர்கள் ஆதிக்க சாதியான வெள்ளாளர்கள். இவர்கள் அகதியாகப் புலம்பெயராவிட்டாலும், அகதி என்ற பதத்தையும் வாய்ப்பையும் கச்சிதமாகப் பயன்படுத்திப் புலம்பெயர்ந்த இடத்தில் தங்களை நிலைநிறுத்திக் கொண்டார்கள். அவர்கள் சென்றடைந்த நாடுகளும் ஆக்கிரமிப்பும் மேலாதிக்க மனநிலையும் கொண்ட நாடுகளாக இருந்தன. இவர்களுக்குத் தமிழகம் வாழ் தமிழர்கள் பற்றிய மதிப்பீடு மட்டமானது. அதனால்தான் இலங்கையில் இந்தியவம்சாவளி ஈழத்தமிழருக்குக் குடியுரிமை சார்ந்த பிரச்சனை வந்தபோதும் வாய்திறக்க மறுத்தார்கள். இன்று தமிழக முகாம்களில் பாதிக்குமேல் இந்தியவம்சாவளித் தமிழர்கள்தான் வாழ்கிறார்கள். அவர்களின் மதிப்பீட்டை பழைமை மாறாமல் அப்படியே பின்பற்றுகிறார்கள்.

போருக்காக வரிந்துகட்டிச் செயற்பட்டவர்கள், பணம் கொடுத்தவர்கள் ஆயுதத்திற்காகச் செலவு செய்த பணத்தில் பத்தில் ஒரு பகுதியை இன்று பாதிக்கப்பட்ட எஞ்சிய போராளிகளுக்கு கொடுத்துதவினாலே போதுமானது. அதையே அமைதியாகக் கடந்து செல்லும் ஐரோப்பா அகதிகள் விசயத்தில் கண்டு கொள்ளாதிருப்பது ஆச்சர்யமான விசயமில்லை.

அகதி முகாம்களில் இருப்பவர்களும் யாழ்ப்பாணத்து வெள்ளாளராகவும், எஞ்சிய போராளிகளும் வெள்ளாளராகவும் இருந்திருந்தால் அவர்கள் இத்தகைய ஒதுக்குதலுக்கு உள்ளாகியிருக்கமாட்டார்கள். இந்தப் பிரச்சனையை விவாதத்திற்குட்படுத்தாமல் இருக்கும் கள்ள மௌனமே பெரும் விமர்சனத்திற்குட்பட்டது. 'அம்மா'வுக்காக பேசிய நாடு கடந்த தமிழ் ஈழ அரசு அகதிகளுக்காகப் பேசாதது ஆச்சர்யமானது இல்லை. அவர்களுக்கும் மேற்குறிப்பிட்ட விசயங்கள் பொருந்தும்.

அகதி முகாமிற்கு என்னோடு வந்து உச்சப்பட்டி அகதிகள் முகாமைச் சுற்றிப்பார்த்துவிட்டு அங்குள்ள ஓலைக் கொட்டிலில் இருந்த அகதியிடம் ஐரோப்பா ஸ்டைலில் சொல்ல வேண்டுமானால் பிளாக் டீ சாப்பிட்டு விட்டு வந்த எழுத்தாளர் பெருமாள் முருகன் இன்னும் சாட்சியாக இருக்கிறார். எத்தனை ஐரோப்பா எழுத்தாளர்கள் தமிழகம் வந்து படம் காட்டிவிட்டுச் சென்றிருக்கிறார்கள். தமிழக எழுத்தாளர்கள் எத்தனைபேர் ஐரோப்பாவுக்கு படம் காட்டச் சென்றிருக்கிறார்கள். (ரவிக்குமார் போன்ற ஒருசிலர் தவிர்த்து) இவர்கள் காலடி இல்லை, காற்றாவது முகாம் பக்கம் பட்டிருக்குமா? தமிழக வெகுசனப் பத்திரிகையில் எழுதிய ஈழ எழுத்தாளர்கள் எவராவது அகதிகள் பற்றி எழுதியிருக்கிறார்களா? (கி.பி.அரவிந்தன் தவிர.)

புலம்பெயர் தமிழர்கள் பலர் தமிழக அகதிமுகாம்களில் தமக்குச் சொந்தக்காரர்கள் இருக்கிறார்கள் என சொல்வதையே அவமானமாக நினைக்கிறார்கள் என்பது எவ்வளவு வெட்கக்கேடானது.

மண்டபம் அகதிகள் முகாமிற்குப் நீண்ட வரலாறுள்ளதுபோல் உச்சப்பட்டி அகதிகள் முகாமிற்கு சமகாலவரலாறு ஒன்று உள்ளது. தமிழகம் வாழ் அகதிகள் பற்றிய எனது முதல் புத்தகம் உச்சப்பட்டி அகதிகள் முகாமிலிருந்து தான் ஆரம்பமானது ('போரின் மறுபக்கம்'). அதுபோல் ரவீந்திரனின் மரணமும் வெடிப்பாக உச்சப்பட்டியிலிருந்துதான் வந்திருக்கிறது. ரவீந்திரனின் மரணமும் அகதிகள் பக்கம் கவனத்தைத் திரும்பியிருக்கிறது என சொல்லும் அதேவேளை தமிழகத் தேர்தல் அதனை மழுங்கடித்திருக்கிறது என்பதே உண்மை.

முகாம்களில் மாதத்தில் மூன்று தடவைகள் தணிக்கை நடைபெறுவது வழக்கம். அன்று ஞாயிற்றுக்கிழமை தணிக்கை நடைபெற்றது. ரவீந்திரன் பற்றிய விமர்சனத்தை மறுப்பதற்கில்லை. ஆனால் அதிகாரிகளின் அலட்சியமும் அராஜகமும், சொல்லிமாளாது. சூழ்நிலை அதிகாரிகளின் நிலை பற்றியே ஏற்கனவே பலதடவைகள் பதிவு செய்திருக்கிறேன். அகதிமுகாம்களின் அமைப்பு முறையும் அங்கு வாழும் மக்களும் முகாம் சார்ந்த நிர்வாக முறைகளும் அகதிகளுடன் நேரடி தொடர்பிலிருக்கும் கீழ்நிலை அதிகாரிகளின் நடத்தையும், கடுமையான விமர்சனத்திற்கும் கண்டனத்திற்கும் உரியது.

தற்காலிகமாக கால்நூற்றாண்டு வாழ்க்கை உளவியல் ரீதியான பாதிப்பை உருவாக்கும். அத்தகைய பாதிப்புகள் முகாம் வாழ்க்கையின் அனுபவத்திலிருக்கிறது. கீழ்நிலை அதிகாரிகளுடன் மல்லுக்கட்ட முடியாமல்தான் இதே உச்சப்பட்டி முகாமிலிருந்து நானும் வெளியேறினேன்.

அகதிகள் தொடர்ந்து இவ்வாறான நெருக்கடிக்குள் வாழ்வதற்கு முக்கிய காரணம் தமிழகத்தை ஆண்ட ஆள்கிற ஈழத்தாயும், தமிழனத்தலைவருமே காரணம்.

எட்டுக் கோடி தமிழர்கள் வாழும் தமிழ்நாட்டில் ஒரு சிம்அட்டை வாங்க முடியாமல் கால்நூற்றாண்டைக் கடந்து வாழ்கிறேன். தமிழ் தேசியங்களுக்கும், ஆண்ட ஆள்கிற அரச பரம்பரைக்கும் தெரியவில்லை. என்னை எவர் என்ன செய்தாலும் எனது நாடும் என்னை கண்டுகொள்ளாது. உலகம் முழுவதும் பரவியிருக்கும் எனது மக்களுக்கும் நான் பொருட்டாய்த் தெரிவதில்லை. முன்னாள் சட்டமன்ற உறுப்பினர் ரவிக்குமார் சொல்வது போல் "அகதிகள் இழிநிலையில் இங்கு வாழும்போது மொழி இனம் என்று பேசுவது அபத்தமானது."

பேசாப் பொருள்

இயற்கைப் பேரிடராக இருந்தாலும் பெரும்போராக இருந்தாலும் முதலில் பாதிப்பிற்குள் ளாவது சாமானியர்களே. இந்தியச் சமூக அடுக்கில் சாதிரீதியாகக் கீழ்நிலையிலும் பொருளாதார நிலையில் வறிய நிலையில் இருப்பவர்களுமே சாமானியர்கள் ஆவர்.

விதிவிலக்கில்லாமல் இலங்கையில் நடந்த முப்பதாண்டுக் கால ஆயுதப் போரும் சாமானியர் களையே பாதிப்புள்ளாக்கியிருக்கிறது. விதிவலக்காக ஆயுதப்போர் மேல் உள்ளவர்களை கீழேயும் கீழே உள்ளவர்களை மேலேயும் மாற்றி விட்டிருக்கிறது என்பதும் மறுப்பதற்கில்லை.

இவ்வாறான போர்ச் சூழலை முழுமையாக சமகாலத்தில் ஆய்வுக்கு உட்படுத்தவில்லை. அந்த வெளியை நிரப்புவதற்கு சிவத்தம்பி போன்றவர்கள் இல்லையே என்ற கவலையும் எழவே செய்கிறது.

கருணாநிதியை மையப்படுத்தி நகரும் திராவிடக் கட்சிகளின் ஆட்சிக்காலத்தில் இலங்கை தமிழ்ப் பிரச்சனை சார்ந்த ஆதரவு–எதிர்ப்பு என்று மட்டுமின்றிப் பன்மைத் தன்மையிலான குரல்கள் முட்டி மோதியிருக்கின்றன.

அதற்கான பேச்சு வெளி மட்டுப்படுத்தப்பட்டிருந்தாலும் ஈழம் சார்ந்த கருத்துக்கள் சுதந்திரமாகப் பேசப்பட்டிருக்கின்றன என்பது மறுப்பதற்கில்லை.

இவ்வாறு சுதந்திரமாகப் பேசப்பட்டதன் விளைவே இலங்கைத் தமிழர் விவகாரத்தில் இறுக்கமான நிலைப்பாட்டிலிருந்த தற்போதைய முதல்வர் ஜெயலலிதா ஈழத்தமிழர்களுக்கு அனுசரணையாக இருப்பதாகக் காட்டிக்கொள்வதற்கான தேவையை உருவாக்கியது.

இதேபோல் ஈழத்தில் சுதந்திரமான பேச்சு வெளியிலிருந்தால் இலங்கைத் தமிழர் பிரச்சனை வேறுவித வடிவம் எடுத்திருக்கக் கூடும்.

கருத்தியலுக்கு எதிர்ப்பு – ஆதரவு என்பது எல்லாக்காலத்திலும் இருந்துவரும் நிகழ்வு. கருத்தியலுடன் ஒத்த விமர்சன நிலையும் நேரெதிர் விமர்சன நிலையும் எல்லாக்காலத்திலும் இருந்து வரக்கூடியதே. ஆயுதப்போராட்டம் ஈழத்தில் ஆரம்பித்தபின்பு ஆயுதக் குழுக்களுக்குள் ஏற்பட்ட முரண் சிறுகச்சிறுக மிகப்பெரிய மாற்றத்தை ஏற்படுத்தியிருக்கிறது.

இதுவே எதிர்ப்பு – ஆதரவு என்ற நிலைப்பாட்டை வலுப்பெறச் செய்திருக்கிறது. நேரெதிரில் பலரைக் கொண்டு போய்விட்டிருக்கிறது. எதிர்க்கருத்து – மர்சனம் என்பதைத் தாண்டித் தீவிரத்தன்மை எடுக்க வேண்டிய கட்டாயம் ஏற்படு கிறது. ஆதரவு, எதிர்ப்பு என்கிற அபத்தம் தொடர் நிகழ்வாக மாறிப்போயிருக்கிறது.

ஆதரவு – எதிர்ப்பு அபத்தம் சிங்கள அரசுக்குச் சாதகமாக அமைந்ததே தவிர தமிழர்களுக்கு எந்த நன்மையும் இதுவரை ஏற்படுத்தியதில்லை. சமகாலத்தில் எதிர்ப்பு – ஆதரவு என்பது வேறு வடிவத்திற்கு மாறியிருக்கிறது. அது அதிகாரம் சார்ந்தும் பொருள் சார்ந்தும் பிரதானப்பட்டு நின்றாலும் சாதிய அரசியலுக்குள்ளும் சிக்கி நிற்கிறது. அதுமட்டுமன்றி போரால் பயனடைந்தவர்கள், பயனடைந்து கொண்டிருப்பவர்கள், ஆதரவு நிலையில் போரால் பாதிக்கப்பட்டவர்கள், எதிர் நிலையில் பாதிக்கப்பட்டவர்களும் இருக்கிறார்கள். பாதிக்கப்பட்டவர்கள் சாமானியர்கள் என்பது இங்கு மீண்டும் குறிப்பிடத்தக்கது.

இந்த ஆதரவு – எதிர்ப்பு என்ற அக்கப்போர் அறிவுஜீவிகள் பலரை மௌனிகளாக்கியிருக்கிறது. தமிழகத்தைப் பொறுத்த மட்டில் ஈழம் சார்ந்த நுட்பமான பார்வையுடைய படித்தறிந்த எழுத்தாளர்கள் சமூக செயற்பாட்டாளர்கள் இருக்கிறார்கள்.

அவர்கள் பேசத் தயங்குவதற்கு முக்கிய காரணம் ஆதரவு எதிர்ப்பு என்ற முத்திரை தேவையில்லாமல் குத்தப்படக்கூடாது என்பதுதான். இதனாலேயே அகதிகள் குறித்துப் பேசவும் தயங்குகிறார்கள்.

ஈழம் சார்ந்த பெண் படைப்பாளிகள் தமிழகத்தில் விமர்சனத்திற்குட்டபோது பெண்ணியவாதிகளின் மௌனம் முத்திரை குத்தப்படுவோம் என்ற தயக்கமே.

ஓட்டு அரசியலுக்காகவும், சுயலாபம் சார்ந்தும் அரசியல் வாதிகள் ஆதரவு – எதிர்ப்பு என்ற நிலையை தக்கவைக்கவே முயல்கிறார்கள்.

ஆதரவு – எதிர்ப்பு என்பது இயக்கத்தால் லாபம் அடைபவர்களுக்கும் அதனால் பாதிக்கப்பட்டவர்களுக்குமானது. அவர்கள் மறையும்வரை வெற்றுக் கோசமும் மாறப்போவதில்லை. அறிவுஜீவிகள் இதனை ஒதுக்கித் தள்ளுவதில் நியாயம் இருக்கலாம். ஆனால் அகதிகள் குறித்த உரையாடலை தவிர்ப்பது முறையானதல்ல.

இறுதி யுத்தத்தின்போது இறந்தவர்களில் 40% வீதம் பேர் இந்திய வம்சாவளி ஈழத்தமிழர்கள் என்று சொல்லப்படுகிறது. இன்று அகதி முகாம்களில் இருப்பதில் சரிபாதிப்பேர் இந்திய வம்சாவளித் தமிழர்கள். பாதிக்கப்பட்டவர்கள் தமிழக வாழ் அகதிகளும் மீண்டுவந்த மீதப் போராளிகளும்தான். அவர்களுக்காப் பேசுவதுதான் அறம்.

தமிழக அகதிகள் குறித்துத் தமிழக முதல்வருக்கு எந்தளவு பொறுப்பிருக்கிறதோ அதே அளவு பொறுப்பு வடக்கு மாகாண முதல்வர் விக்னேஸ்வரனுக்கும் இருக்கிறது. அவர் தமிழகம் வந்தபோது அகதிகள் நாடு திரும்ப வேண்டும் என்று ஒற்றைவரியில் கூறிவிட்டுச் சென்றார். கருணாநிதி இந்த மக்களை மறந்தது போன்று விக்னேஸ்வரனும் மறந்துவிட்டாரோ என்று எண்ணுமளவில் அவரின் செயல்பாடு உள்ளது. வடக்கு மாகாணத்தைச் சேர்ந்த அகதிகள்தான் தமிழக முகாம்களில் அதிகம் இருக்கிறார்கள். தமிழகத்தில் அகதிகளாக இருந்தாலும் அவர்கள் இலங்கைக் குடிமக்கள் என்பதை விக்னேஸ்வரன் மறக்கமுடியாது. இலங்கையில் வடக்கு மாகாண அரசுக்கு நெருக்கடிகள் இருந்தாலும் தமிழகம் வாழ் அகதிகள் குறித்து இலங்கை மத்திய அரசிடம் பேச வேண்டும்.

தமிழகத்திலிருந்து இலங்கை செல்லும் ஒரு சில அகதிகளின் வாழ்வாதாரம் சரியாகக் கவனிக்கப்படவில்லை. அதனால்தான்

தமிழகம் வாழ் அகதிகள் இலங்கை செல்லத் தயங்குகிறார்கள் என்பதை விக்னேஸ்வரன் கவனத்தில் கொள்ள வேண்டும்.

2011 சட்டமன்ற தேர்தல் வாக்குறுதியாகத் தமிழக முதல்வர் ஜெயலலிதா முகாமிற்கு வெளியில் வாழும் முப்பதாயிரம் அகதிகளுக்கு மருத்துவக் காப்பீடு திட்டம் வழங்கப்படுமென்று அறிவித்தார். ஐந்தாண்டு ஆட்சி முடியும் தருவாயில் (2015) அரசாணை பிறப்பிக்கப்பட்டது. ஆனால் இன்னும் அதற்கான அட்டை வழங்கப்படவில்லை. இது தமிழக அரசின் அதிகாரத்திற்கு உட்பட்டது. ஆனால் அகதி முகாம்களை அப்புறப்படுத்துவது மத்திய அரசின் அதிகாரத்திற்கு உட்பட்டது. தமிழக முதல்வர் இனிமேலும் அந்த மக்களை அலட்சியப்படுத்தாமல் நடவடிக்கை எடுக்க வேண்டுமென்று அகதிகள் விரும்புகிறார்கள்; நம்புகிறார்கள்.

அகதிகளும் நடைமுறை சிக்கல்களும்

தமிழ்நாட்டில் வாழக்கூடிய அகதிகள் குறித்துப் பெரும்பாலும் தவறான புரிதலும் தவறான தகவல்களுமே ஊடகங்கள் வழியாகப் பரப்பட்டிருக் கின்றன.

தமிழ்நாட்டில் வாழக்கூடிய அகதிகள் தாங்கள் என்னவாக வாழ்கிறோம், தங்களுக்கு வழங்கப்பட்டுள்ள உரிமைகள் குறித்த விளக்கம் பூச்சியம் அளவிலேயே உள்ளது. அதேவேளை அகதிகள் குறித்துப் பேசுபவர்களுக்கும் அகதிகள் பற்றி ஓரளவேனும் புரிதல் கொண்டவர்களுக்கும் சட்டச் சிக்கல்கள் பற்றிய புரிதல் இருக்கிறதா என்ற கேள்வி எழுவதையும் தவிர்க்க முடியவில்லை. அதிகாரிகளின் நிலையும் அதுவே.

1964 சிறிமா – சாஸ்திரி ஒப்பந்தத்தின் அடிப்படையில் மலையகத்தில் வாழ்ந்த இந்தியத் தமிழ் மக்கள் கிட்டத்தட்ட ஐந்து லட்சம் பேர் தமிழகம் திரும்பியிருக்கிறார்கள். இவர்களுக்கு நிலம் வழங்கப்பட்டது. வீடு கட்டிக் கொடுக்கப்பட்டது. இவர்கள் மறுவாழ்விற்காகக் கிறிஸ்தவ தொண்டு நிறுவனங்கள் பணியாற்றியிருக்கின்றன. இவர்களில் கணிசமானவர்கள் ஊட்டியிலும் மதுரையிலும் தமிழத்தில் பல இடங்களிலும் குடியமர்த்தப் பட்டார்கள்.

இந்தியக் குடிமக்களான இவர்களுக்குக் குடியுரிமை வழங்க இலங்கை அரசு மறுத்ததால் ஒப்பந்தத்தின் மூலம் மத்திய அரசு இந்தியக் குடிமக்களுக்கான அத்தனை உரிமைகளையும் அவர்களுக்கு மீண்டும் வழங்கியது. மூன்று தலைமுறை தாண்டி இந்த மக்கள் வாழ்ந்து கொண்டிருக்கிறார்கள். இவர்கள் இலங்கை அகதிகள் அல்லர். இந்தியாவைப் பூர்வீகமாகக் கொண்டவர்கள். தற்காலிகமாக இலங்கையில் வாழ்ந்தவர்கள். மீண்டும் இந்தியா திரும்பி இந்தியக் குடிகளாகிவிட்டார்கள்.

இதுபோல் சிறிமா சாஸ்திரி ஒப்பந்தத்தின் அடிப்படையில் இலங்கை அரசு தான் ஏற்றுக்கொண்ட இந்திய வம்சாவளித் தமிழர்களை, இலங்கையில் குறிப்பாக கிளிநொச்சி, மன்னர், வவுனியா மாவட்டங்களில் குடியமர்த்தியது. இவர்களுக்கும் நிலங்கள் வழங்கப்பட்டன. இவர்களும் இலங்கைக் குடிகளாக ஆக்கப்பட்டார்கள். இந்த மக்களின் கணிசமானவர்கள்தான் இன்று தமிழக (107 முகாம்) முகாம்களில் பரவலாக வாழ்கிறார்கள்.

இவர்கள் பற்றி ‘தமிழகத்தின் ஈழ அகதிகள்’ என்ற புத்தகத்தில் ‘ஈழ அகதியும் சாதியும்’ என்ற கட்டுரையில் விரிவாக எழுதப்பட்டிருக்கிறது. (காலச்சுவடு பதிப்பகம்)

கணிசமாக இவர்கள் தமிழகம் வரக் காரணங்கள் மூன்று. போர் மூலகாரணமாக இருந்தாலும்,

1. பொருளாதாரம்
2. கீழ்நிலை வாழ்வியல் சூழல் (சாதி உட்பட)
3. இவர்களின் பூர்வீகம் தமிழகம்

பொருளாதாரத்தில் மேம்பட்ட சிலர் ஐரோப்பாவிலும் வாழ்கிறார்கள்.

இவர்கள் பூர்வீகம் தமிழகம் என்பதால் இவர்கள் தன்னியல்பாகத் தமிழகம் நோக்கி நகர்ந்தார்கள். முகாமில் பதிவுடன் உதவித் தொகையும் அகதிகளுக்கான சலுகையும் பெறும் ஒருத்தர் ஊட்டியிலும் உறவுக்காரப் பெண்ணைத் திருமணம் செய்து இந்தியக் குடிமகனுக்கான அத்தனை சான்றுகளுடனும் வாழ்கிறார்.

மதுரையில் பத்தாவது படிக்கும் சிறுவனுக்கு முகாமில் பதிவு இருக்கிறது. அதேநேரம் அவர்கள் பூர்வீகக் கிராமத்தில் ரேசன் அட்டையும் இருக்கிறது. இந்த உறவில் பெரிய சட்டச்சிக்கல் இருக்கிறது.

பொதுவான அடிப்படையைப் புரிந்துகொண்டால் புரிதலுக்குச் சுலபமாக அமையும். தமிழகத்தில் மட்டுமல்ல இந்தியாவிலுள்ள எந்த நாட்டு அகதிக்கும் சட்டரீதியான பாதுகாப்பு கிடையாது. அந்நிய நாட்டவர் ஒருவர் அகதியாக இந்தியாவிற்குள் நுழைந்தவுடன் இந்திய தண்டனைச்சட்டம் மட்டுமே செல்லுபடியாகும். அது தவிர்த்து நாட்டிடைச் சட்டம், மனித உரிமைச் சட்டம், அகதிகளுக்கான சட்டம் எதுவும் பொருந்தாது. இவர்கள்மேல் மத்திய அரசு எடுக்கும் முடிவே இறுதியானது. இதுவே நடைமுறை சார்ந்த பல சிக்கல்களை உருவாக்குகிறது.

அரசு உத்தரவு அரசு ஆணை மூலமாகவே அகதிகள் என்று அழைக்கப்படும் சட்டவிரோதக் குடியேறிகள் பாதுகாக்கப் படுகிறார்கள். பராமரிக்கப்படுகிறார்கள். ஆணைகள் உத்தரவு என்பது அகதிகள் நலனுக்கு மாறாக அரசுகளின் வசதியைப் பொறுத்து மாறுபடும். மறு உத்தரவு பிறப்பிக்கப்படும்.

இவ்வாறு ஊரிலுள்ள உறவுகளைத் திருமணம் புரிந்தவர்களும் காதல் திருமணம் புரிந்த உறவு இல்லாதவர்களிடமும் மூன்று விதமான போக்குகள் நிலவுகின்றன.

I. ஊரவரைத் திருமணம் செய்து ஊருடன் உறவுடன் இந்தியக் குடியாக மாறுவது சட்டப்படி குற்றம்.

II. இரண்டு இடத்திலும் பதிவுடன் உதவிகள் பெறுவது சட்டப்படி குற்றம்.

III. ஊராரைத் திருமணம் செய்து முகாமில் வசிப்பது வாழ மட்டும் அனுமதி (ஆணாக இருந்தாலும் பெண்ணாக இருந்தாலும்). முகாமில் வாரிசுகளுக்கு முகாம் நடைமுறைப்படி பதிவு உண்டு. இது சட்டப்படி குற்றமில்லை என்பதை ஏற்றுக்கொண்டாலும் நாளை வாரிசுகளுக்கும் பிரச்சனை. வாழ வந்தவர்களுக்கும் பிரச்சனை. ஒருவேளை அந்த குடும்பம் இலங்கைக்குச் செல்ல நேர்ந்தாலோ அல்லது ஊருடன் சேர்ந்து வாழ நேர்ந்தாலோ சட்டச்சிக்கலுக்கு உள்ளாகும்.

எனக்குத் தெரிந்த ஒரு இலங்கை நபர் (அகதி இல்லை) இந்தியப் பெண்ணை திருமணம் செய்திருந்தார். அவரிடம் பேசியபோது கிடைத்த தகவல். இந்திய பெண்ணை இலங்கை ஆண் திருமணம் செய்திருந்தால் ஐந்து வருடங்கள் கூடி வாழ்ந்திருக்க வேண்டும். ஐந்தாண்டு காலத்தில் அவர்கள் உறவில் எந்தப் பிணக்கும் ஏற்பட்டிருக்கக் கூடாது. அவர்களுக்கு வாரிசு இருக்க வேண்டும். உரிய ஆவணங்களுடன் இலங்கையைச்

சேர்ந்த ஆண் இலங்கை அரசிடம் தனது குடியுரிமையை ரத்து செய்யச் சொல்லி அரசிடம் விண்ணப்பிக்க வேண்டும். இந்திய அரசிடம் குடியுரிமை வழங்கக் கோரி மனுச் செய்ய வேணும். இவை தூதரகம் மூலமாக நடைபெற வேண்டும். இதை வாய்மொழியாகக் கேட்டு எழுதுவது சுலபம். ஆனால் இதன் நடைமுறை நீண்ட சிக்கலுக்குரியது. தலை நரைத்து வயதாகிவிடும்.

ஆனால் இந்த நடைமுறை அகதிகளுக்குப் பொருந்தாது. காரணம், இவர்கள் நடைமுறைக்கும் ஆவணப் பராமரிப்புக்கும் தான் அகதிகள். இவர்கள் உண்மையில் சட்ட விரோதக் குடியேறிகள். இந்திய அரசு கடவுச்சீட்டுச் சட்டத்தின் கீழ் இவர்கள் மேல் சட்டரீதியான நடவடிக்கை எடுக்க முடியும். அவ்வாறு நடவடிக்கை எடுக்கவில்லை. காரணம் இலங்கை அண்டை நாடு, மனிதாபிமானம், போர் பல அரசியல் காரணங்கள் உண்டு. ஆனால் இன்று சூழ்நிலை வேறு என்பதைக் கவனத்தில் கொள்ள வேண்டும்.

இன்று முகாம்களில் பதிவு செய்யாமல் வாழ அனுமதிக்கப் பட்டவர்கள் இரண்டு பிரிவினர் இருக்கிறார்கள்.

I. தமிழ்நாட்டுத் தமிழரைத் திருமணம் புரிந்தவர்கள் (தமிழ்நாட்டவர்.)

II. இலங்கை சென்று திரும்பி வந்தவர்கள்.

முகாமில் முறையாக அனுமதிக்கப்பட்டவர்கள் மனைவி குழந்தைகளுடன் வாழ்கிறார்கள். கணவன் இவர்களுடன் வாழ்ந்தவர். காணி தொடர்பான பிரச்சனைக்காக UNHCR மூலமாக இலங்கை செல்கிறார். (UNHCR – விரும்பி இலங்கை செல்ல பதிவு செய்பவர்களின் செலவை ஏற்றுப் பத்திரமாக வீடு கொண்டுபோய்ச் சேர்ப்பது தவிர்த்து வேறு எதுவும் UNHCR செய்வதில்லை.)

கணவன் போவதற்கு பேப்பர் கடவுச்சீட்டு வழங்கப்படும் (புத்தகம் இல்லை.) இது ஒரு வழிக்கானது. இலங்கையில் இறங்கும்வரை மட்டுமே செல்லுபடியாகும். அவ்வாறு இலங்கை சென்ற நபர் அங்கு பிறப்புச் சான்று இருந்தால்தான் தேசிய அடையாள அட்டை பெறமுடியும். அதன் பின்பு அடையாள அட்டை இருந்தால்தான் கடவுச்சீட்டு பெறமுடியும். இதனை முறையாகப் பெற மூன்று மாதம் அல்லது ஆறு மாதம்கூட ஆகலாம்.

அவர் பிரச்சனை முடிந்து தமிழகம் வர முற்பட்டால் அவருக்குச் சுற்றுலா விசா மூன்று அல்லது அதிகபட்சம்

ஆறுமாதம் கிடைக்கலாம். அவ்வாறு தமிழகம் வந்தவருக்கு முந்தைய காலங்களாக இருந்தால் அகதி அந்தஸ்து கொடுக்கப் படும். முகாமில் வசிக்கலாம். ஆனால் தற்போது இலங்கையில் பிரச்சனை இல்லை என்பதால் அகதி அந்தஸ்து வழங்குவதில்லை. மனிதாபிமான அடிப்படையில் பதிவு எதுவுமில்லாமல் முகாமில் வாழ அனுமதிக்கப்பட்டிருக்கிறார். இந்த நடைமுறை சமீபகாலமாக உள்ளது. இதுவும் சட்டப்படி குற்றமாகும். (கடவுச்சீட்டு சட்டத்தின்படி) விசாகாலம் முடிந்தது அவர் ஊர் திரும்பியிருக்க வேண்டும்.

இந்த நபர் நாளை இலங்கை செல்ல நேர்ந்தால் ஓவர் ஸ்டேயிங் என்று தண்டம் கட்டி அனுப்புவார்களா, அல்லது குடும்பத்துடன் அகதியாகப் பதிவுசெய்து அனுப்புவார்களா என்ற கேள்விகள் எழுகின்றன.

போர்க்காலங்களில் அகதிகளை அனுமதித்தபோது ஆகாயவிமானம் மூலமாக வருபவர்களையும் அனுமதித்தார்கள். முகாமிற்கு வெளியேயும் அனுமதியளித்தார்கள். மாவட்டத்திற்கு மாவட்டம் நடைமுறைகள் வெவ்வேறானது. திண்டுக்கல்லில் எனது நண்பர் விமானம் மூலமாக வந்து காவல் நிலையத்திலும் Q பிரிவிலும் பதிவு செய்திருக்கிறார். அவ்வளவுதான், அவர் ஊர் திரும்பும்பட்சத்தில் அதற்கான நடவடிக்கைகள் மேற்கொள்வார்.

நடைமுறை வேறானது. காவல் கண்காணிப்பாளர் அலுவலகத்திலுள்ள வெளிநாட்டவர் பதிவகத்தில் பதிவு செய்ய வேண்டும். ஆறு மாதங்களுக்கு மட்டுமே இங்கு வாழ அனுமதி தரப்படும். ஒருநாள் தாமதம் ஆனாலும் சட்டப்படியான நடவடிக்கை எடுக்க முடியும்.

நான் ஒருதடவை ஒருவாரம் கழித்துச் சென்றேன். சட்டரீதியாக நடவடிக்கை எடுக்கவில்லை. ஆனால் வாங்கிக் கட்டிக்கொண்டதை இங்கு எழுதினால் மானம் போய்விடும்.

இவ்வாறு அகதிகளுக்கான சட்ட நடைமுறை சார்ந்து பல சிக்கல்கள் நீள்கின்றன.

போர் ஓய்ந்து அல்லது முடிவுக்கு வந்தபின்பு அந்த நாட்டின் பொருளாதாரம் பின்தங்கியிருக்கும். காரணம் போருக்கான ஆயுதம், இராணுவச் செலவு போன்றவற்றுக்காக மற்ற எல்லாவற்றையும் முடக்கிப்போடும்போது பொருளாதாரம் படுபாதாளத்தில் வீழ்ந்துவிடுகிறது.

விளைவு, விலைவாசி ஏற்றம், வேலை வாய்ப்பின்மை தொடர்ச்சியாகக் கலாச்சாரச் சீரழிவு என்பது பொதுவாகப் போர் முடிந்த நாடுகளின் நிலை.

அதுவும் இலங்கையில் ராணுவத்துக்குப் போக மீதி என் குடும்பத்திற்கு என்பதாக ராஜபக்சே நடந்துகொண்டார்.

போர் முடிந்து அங்கு நல்லாட்சி நடந்திருந்தால் ஐந்தாண்டு களில் சூழ்நிலை ஓரளவேனும் மாறியிருக்கக் கூடும். தற்போதைய சூழல் காத்திருக்க வைத்திருக்கிறதே தவிர, வேறு ஒன்றுமில்லை.

பொருளாதாரம் உட்பட பல காரணங்கள் இலங்கையில் வாழ்வதற்கு இறுக்கமான சூழல் நிலவுகிறது என்பதைத் தெளிவுபடுத்துகிறது. அதைவிட இந்திய முகாம் சூழல் நன்றாக உள்ளதா என்ற கேள்வி எழுகிறது.

அக்கரைக்கு இக்கரை பச்சையா என்றும் கேட்கத் தோன்றுகிறது.

எத்தகைய சூழ்நிலையானாலும் தமிழ்நாட்டை நோக்கி அடைக்கலம் தேடி வந்தவர்களை மனிதாபிமானத்தோடு அணுகாமல் சட்டத்தைக் காட்டி வாழ்க்கையை மேலும் சிக்கலுக்குள்ளாக்குவது விமர்சனத்தை ஏற்படுத்தினாலும், கதவைச் சாத்த நினைக்கிறது காங்கிரசு; அதற்கு அண்ணன் பி.ஜே.பி. தேர்தல் நேரத்திலாவது அகதிகள் பற்றிப் பேசலாமா வேண்டாமா என்று நல்ல நேரம் பார்த்துக்கொண்டிருக்கிறது தமிழக அரசு. இலங்கை அரசுக்கு தமிழ்நாட்டில் அகதிகள் இருக்கிறார்கள் என்று மோடியாவது ஞாபகப்படுத்தியிருக்கலாம். விக்னேஸ்வரனுக்கு அகதிகள் வேண்டும். ஆனால் கட்டி வைத்துக் கஞ்சி ஊற்ற முடியாத சூழ்நிலை.

இங்குள்ள அகதிகளும் முட்டுச் சந்தில் நின்று முழிக்கிறார்கள்.

அகதிகள் தொடர்பான சட்டங்களையும் அரச ஆணைகளை யும் நுட்பமாக ஆய்வுசெய்தால் அகதிகள் நெகிழ்வுத்தன்மையோடு சமீபகாலமாக விடப்பட்டிருக்கிறார்கள் என்பது தெரியவரும் உணர்வுகளும் உறவுகளும் பெரும் சிக்கலுக்குள் சிக்கி தவித்துக் கொண்டிருக்கிறதையும் மறுப்பதற்கில்லை. அகதிகளுக்கான விடிவும் கண்ணுக்கெட்டிய தூரம் வரை இல்லை என்றே சொல்ல வேண்டும்.

அகதிகளைக் கட்டுப்படுத்துவதில் காட்டும் அக்கறையைவிட இதுபோன்ற நடைமுறைச் சிக்கல்களை மனிதாபிமான அடிப்படையில் தீர்ப்பதற்கு அரசுகள் முன்வர வேண்டும்.

ஜனநாயக சக்திகள் முன்னெடுப்பார்கள்

பரவலாக்கப்பட்ட கல்வியும், தொழில் நுட்பமும் மனித சமூகத்தை உயர்த்தும்போது ஆயுத உற்பத்திக் கான தேவை எங்கிருந்து வருகிறது?

அதிகாரத்தை மையப்படுத்திய ஆயுத உற்பத்தி பெரும் பொருளாதாரச் சந்தையாக மாறியிருக்கிறது. அது ஆயுத உற்பத்தி பொருளாதார வளர்ச்சியின் மையமாகியிருக்கிறது. இத்தகைய சூழலில் அணுஆயுதப்போட்டி அதிகாரப்போட்டியின் உச்சமாக மாறியிருக்கிறது. அணு ஆயுதம் வளச்சிக் கானது என்று பேசப்படுமளவிற்கு இதன் விளைவுகள் குறித்துப் பேசப்படுவதில்லை.

மனிதவளம் உயர்ந்து வரும் அதேவேளையில் ஆயுத உற்பத்தி அதிகரிப்பது முரணாக இருக்கிறது. இந்தச் சூழலில் உலகம் முழுவதும் அகதிகள் புறக்கணிக்கப்படுவது மனித சமூகத்தின் சமநிலைத்தன்மையை நோக்கிய பெரும் கேள்வியாக எழும்பி நிற்கிறது.

உலகின் வல்லரசாக தன்னை முன்நிறுத்தி நிற்கும் அமெரிக்காவும், உலகின் மிகப்பெரிய ஜனநாயக நாடாக மதிக்கப்படும் இந்தியாவும், அகதிகள் பிரச்சனையில் ஒற்றைத்தன்மையிலேயே செயல்படுகின்றன.

புதிதாகப் பொறுப்பேற்றுள்ள அமெரிக்க ஜனாதிபதி டொனால்ட் ட்ரம்ப் பதவி ஏற்றதும்

முதல் காரியமாக சிரியா உள்ளிட்ட ஏழுநாட்டு அகதிகள் அமெரிக்காவிற்குள் நுழைய தடை விதித்துள்ளார். பல சர்ச்சைகளுடன் அதிகாரத்திற்கு வந்த அமெரிக்க அதிபர் ட்ரம்புக்கு எதிராக மனித நேயமிக்க ஜனநாயக சக்திகள், அகதிகள் விஷயத்தில் அதிபர் மேற்கொண்ட நடவடிக்கை மேல் கேள்வியை எழுப்பியுள்ளன. அதற்கு எதிராகப் போராடியும் வருகின்றன. ட்ரம்பின் நடவடிக்கைக்கு எதிராக எழும் ஜனநாயக சக்திகளின் குரல் அகதிகளுக்கு நம்பிக்கையையும் ஆறுதலையும் அளிக்கின்றன.

மிகப்பெரிய ஜனநாயக நாடாக விளங்கும் இந்தியா அதன் அடிப்படை மாண்பிற்கு மாறாக ஒற்றைத்தன்மையில் முஸ்லீம் அல்லாத அகதிகளுக்கு முன்னுரிமை கொடுக்கிறது. ஆனால் இந்த அரசு எக்காலத்திலும் ஈழ அகதிகளைக் கருத்தில் கொண்டதில்லை.

அமெரிக்காவைப் போலன்றி இந்திய அரசுக்கு எதிரான ஜனநாயகக்குரல்கள் முற்றிலுமாக செத்துப்போன நிலையில்தான் உள்ளன.

தொடர்ந்து அகதிகள் பற்றிய பிரச்சனைகளை வளர்ந்து வரும் நாடுகள் சந்தித்து வருகின்றன. அந்த வகையில் சுதந்திரத் திற்குப் பின்னரான இந்தியா அகதிகள் பற்றிய பிரச்சனையைத் தொடர்ந்து எதிர்கொண்டு வருகிறது. ஆனால் அகதிகள் விசயத்தில் அகதிகளுக்கான சட்டமோ அல்லது பொதுவான நடைமுறையோ இந்தியாவில் இல்லாதது தஞ்சம் அடைந்துள்ள மக்களை பெரும் அவதிக்குள்ளாக்கியிருக்கிறது.

மனித உரிமைகள் சட்டத்திற்கு உட்பட்டுக்கூட அகதிகளை இந்தியா சட்டை செய்வதில்லை. மரணதண்டனைக்கு எதிரான குரல்கள் இங்கு இருக்கின்றன. அடிப்படை மனித உரிமைக்கு எதிராக குரல்கள் ஆங்காங்கு எழுகின்றன. இவை உலகளவில் பொதுவாக எழும் பிரச்சனைகள்தான். அதுபோல் அகதிகள் பிரச்சவும் இந்தியாவில் அடைக்கலமாகும் அகதிகளுக்கு பெரும் சாபக்கேடானதாகவே அமைந்துவிடுகிறது.

இந்தியாவில் ஜனநாயக சக்திகள் வலுவாக இருந்திருந்தால் நீண்டகாலமாக நிலுவையில் இருக்கும் அரைகுறையான அகதிகள் சட்டம் பாராளுமன்றத்தில் ஓரளவு முழுமையுடன் நிறைவேற்றப் பட்டிருக்கும். ஆனால் அது இன்றுவரை நிறைவேற்றப்படாமலே இருக்கிறது.

ஆதாயமில்லாத விசயத்தில் அரசியல்வாதிகள் அக்கறை காட்டமாட்டார்கள். கோளாறுடைய தமிழ்ச்சமூகம்

ஆதாயமில்லாமல் அகதிகளை அலட்சியப்படுத்தி அரசியல் வாதிகள் போன்று நடந்துகொள்வது மரபுரீதியான கோளாறு என்றுதான் அழுத்திச் சொல்ல வேண்டும்.

1983இல் இருந்தே தமிழகம் அகதிகள் தொடர்புடையதாக இருக்கிறது. கிட்டத்தட்ட 35 ஆண்டுகள் மூன்று இலட்சத்திற்கும் மேற்பட்ட அகதிகளைச் சந்தித்துள்ள தமிழகத்திலிருந்து அகதிகளுக்கான நிரந்தரச் சட்டம் வேண்டும் என்று மத்திய அரசை நோக்கிய குரல்கள் வலுவாக எழுந்திருக்க வேண்டாமா?

இந்தியாவில் வங்காளத்திற்கு அடுத்து அதிகமாகத் தொடர்ந்து அகதிகளை எதிர்கொண்டு வருகிறது தமிழகம். இந்தியாவின் முன்னோடி மாநிலமான தமிழ்நாட்டிலிருந்து அகதிகளுக்கான ஆதரவுக்குரல் உயர்ந்திருக்க வேண்டாமா?

தமிழகத்தில் அகதிகள் விசயத்தில் என்ன நடந்து கொண்டிருக் கிறது என்று கவனித்தால் ரத்தக்கண்ணீர் வருகிறது.

மாட்டுக்காக மெரினாவிலும், தெருவிலும் திரண்ட வெகுசனம் வதைபடும் அகதிகளுக்காக ஒருநாள் தெருவில் இறங்கியிருப்பார்களா? இனி மேலாவது இறங்குவார்களா?

சிறுகுழுக்கள் தெருவில் நின்று கூவுவதால்தான் என்ன நடந்தது? அதுதான் இங்கு வாழும் அகதிகளுக்கு எதிராகவும் ஆகியிருக்கிறது என்பதை எவராவது மறுக்க முடியுமா?

தமிழகத்தை ஆண்ட ஆள்கிற அரசுகள் அவ்வப்போது தேர்தல் காலங்களில் அகதிகளின் தற்காலிக வாழ்க்கை பற்றிப் பேசினார்களே தவிர நிரந்தரத் தீர்வு பற்றியோ, அகதி முகாம் களை மூடுவது பற்றியோ பேசியதில்லை. சாத்தியமில்லாத ரெட்டைக்குடியுரிமை பற்றிப் பேசிய ஜெயலலிதாவின் நிலைப்பாடு பற்றி தற்போதைய சூழலில் பேசவேண்டியதே இல்லை.

இதுதவிர கிட்டத்தட்ட முப்பத்தைந்தாண்டுகள் ஆகிவிட்ட சூழலில் அகதிகளுக்கான நிரந்தரத்தீர்வுகள் பற்றி ஆக்கப்பூர்வமாக பேசப்பட்ட வரலாறு தமிழகத்தில் உண்டா?

2015 நவம்பர் நான்காம் தேதி *இந்து* குழுமம் அகதிகளைப் குறித்துக் கருத்தரங்கு நடத்தியது. அதற்கு எதிர்ப்பு தெரிவித்து சிறு குழு போராட்டம் நடத்தியது. அங்கு நடத்திய போராட்டத்தின் நோக்கமென்ன? அதன் விளைவு என்ன? அதனால் யாருக்கு பாதிப்பு? அந்நிகழ்விற்கு வந்த எம்.கே. நாராயணன் தாக்கப் பட்டார்; அதனால் ஏற்பட்ட பயன் தான் என்ன?

அகதிகளுக்கான நிரந்தரத்தீர்வு என்பதன் அடிப்படையிலேயே அந்நிகழ்வு நடந்தது. ஐ.நா. அகதிகள் ஆணையம் கூறியபடி அகதிகளுக்கான நிரந்தரத் தீர்வாக

1. நாடு திரும்புதல்
2. இடம் பெயர்ந்து வாழும் நாட்டிலேயே வாழ்தல்
3. மூன்றாம் நாடு ஒன்றில் குடியேறுதல்

இவை குறித்து விரிவாக விவாதிக்கப்பட்டது. வந்திருந்த அகதிகள் தங்களுடைய மனநிலையை வெளிப்படுத்தினார்கள். அதன் அடிப்படையில் இன்று அகதிகள் மூன்றில் இரண்டு பகுதி தாயகம் திரும்ப விரும்பவில்லை என்பதை புரிந்துகொள்ள முடிந்தது.

அந்நிகழ்வில் கலந்துகொண்ட சூர்யநாராயணன் இவ்வாறு பேசினார். அதன் சுருக்கம் 'தமிழகம் வாழ் ஈழ அகதிகள் பற்றி உள்துறைக்கு தவறான மதிப்பீடு இருக்கிறது. அதனை மாற்ற வேண்டுமானால் சம்பந்தப்பட்ட அதிகாரிகளை வரவைத்து இதுபோன்ற கருத்தரங்குகளை நடத்தி உண்மை நிலையை புரியவைக்க வேண்டும்" என்றார்.

இதனை யார் செய்வது?

அரசியல்வாதிகள் கண்டு கொள்ளாததாலேயே பல்கலைக்கழக ஆசிரியர்கள் சிலர் சேர்ந்து தங்கள் சொந்தப் பணத்தையும் செலவு செய்து முயற்சி செய்கிறார்கள்.

ஆனால் இந்த நிகழ்வு பெரிதாக வெளியே தெரியாமல் கிட்டத்தட்ட ரகசிய கூட்டம் போன்றே நடத்த அதற்குக் காரணம் என்ன?

இந்து குழுமம் நடத்திய நிகழ்வில் நடந்தது போன்று நடந்துவிடக்கூடாது என்ற ஐயத்தினால் ரகசியமாக நிகழ்வை நடத்தியிருக்கக்கூடும். பத்திரிகையாளர்கள் எவரும் அழைக்கப் படவில்லை.

ஆக இங்கு அகதிகள் குறித்து ஆக்கப்பூர்வமாக உரையாட ஒரு தயக்கம் இருக்கிறதென்றால் அதற்கு யார் காரணம்?

இதை தமிழர்கள் என்று சொல்லிக் கொள்பவர்களுக்கு உள்ள மரபுரீதியான கோளாறு என்பதை மீண்டும் அழுத்திப் பதிவிடுவதைத் தவிர வேறு என்ன செய்ய?

தற்காலிகமாகவே தொடர்ந்து கால்நூற்றாண்டைக் கடந்து வாழும் அகதிகள் உளவியல் ரீதியான சிக்கலுக்குள்

தொ. பத்தினாதன்

தள்ளப்பட்டுள்ளார்கள். அரசு கொடுக்கும் உதவிப்பணம் பரவலாக பல முகாம்களில் சீராக வாங்கப்படாத நிலைதொடர்கிறது. நாடு முழுவதம் மண்ணெண்ணெய் பயன்பாட்டை குறைக்கும் மத்திய அரசின் கொள்ளை முடிவால் மண்ணெண்ணெய் ரேசனில் வழங்குவதும் கணிசமாகக் குறைக்கப்பட்டுள்ளது. சமையல் எரிவாயு வாங்க முடியாதவர்களின் சமையலுக்குப் பெரிதும் உதவிய கெரசின் குறைப்பும் அகதிகளுக்குப் பெரும் பிரச்சனையாகியிருக்கிறது. இந்த நிலையில் மத்திய அரசு வழங்கும் பணமும் படிப்படியாக குறைக்க வாய்ப்பிருப்பதாகக் கருத்தரங்கில் பேசப்பட்டது. எனவே இனிமேலும் அகதிகளை இவ்வாறு முகாம்களில் அடைத்து வைத்திருப்பது தமிழகத்துக்கும், ஜனநாயக நாடான இந்தியாவுக்கும் நியாயமாகாது. எனவே அகதிகள் பற்றி உரையாடல்களை ஜனநாயக சக்திகள் முன்னெடுக்க வேண்டும்!